நவக்கிரகம்

கி. வா. ஜகந்நாதன்

Title: Navagraham

Author: Ki. Va. Jagannathan

Language: Tamil

First Published on: 1957

Year of Publication: 2025

Book Format: Paperback

*Page Size: 6inch * 9inch*

Category: Religious

Subject: Religious Essays

No. of pages: 78

ISBN: 978-81-998609-8-8

Published by: Nilan Publishers, Madurai, Tamilnadu, India

பொருளடக்கம்

குறிப்புகளுக்காக

முகவுரை

"குருகாம் வயிரமாம் கூறும் நாளாம்
கொள்ளும் கிழமையாம் கோளே தானாம்"

என்று திருநாவுக்கரசு சுவாமிகள் ஒரு திருத்தாண்டகத்தில் பாடுகிறார். கோள்கள் எல்லாவற்றையும் சிவபெருமானுடைய திருவுருவமாக அவர் கண்டார். மனித வாழ்க்கையில் நிகழும் நிகழ்ச்சிகளுக்கும் காலக் கூறுகளுக்கும் நவக்கிரகங்கள் காரணமாக இருக்கின்றன. வான நூல், சோதிட நூல் ஆகியவை நவக்கிரகங்களின் வெவ்வேறு இயல்புகளை ஆராய்ந்து சொல்கின்றன.

புராணங்களிலும் மந்திர சாஸ்திரங்களிலும் கிரகங்களின் உருவங்கள், வரலாறுகள், வழிபாட்டு முறை முதலியவை விரிவாக இருக்கின்றன. இவை யாவும் நவக்கிரகங்களைப் பற்றிய ஆராய்ச்சி பல திறத்தில் பல காலமாக அறிஞர்களிடையே நிகழ்ந்து வந்திருக்கிறது என்பதைக் காட்டுகின்றன.

நவக்கிரகங்களைப் பெரும்பாலான கோயில்களில் பிரதிஷ்டை செய்து வழிபடுகிறார்கள். வெள்ளியிலும் பொன்னிலும் திருவுருவம் எழுதிப் பூசிக்கிறார்கள். நவக்கிரக சாந்தி செய்கிறார்கள்.

நவக்கிரக உபாசனை வழிவழியே வந்து கொண்டிருக்கிறது. நவக்கிரகத்தின் திருவுருவங்களை வேறு வேறு விதமாகப் பலர் வெளியிட்டிருக்கிறார்கள். நல்ல முறையில் சாஸ்திர சம்பந்தமான வகையில் நவக்கிரகப் படங்களை வெளியிட வேண்டுமென்று விரும்பினோம்.

இந்திய ஓவியக் கலையில் துறை போன ஸ்ரீ ராஜம் அவர்களும் இதைப் பற்றி நெடுங்காலம் சிந்தித்திருந்தார்.

ஒன்பது கிரகங்களின் படங்களையும் அற்புதமாக எழுதி முடித்தார்.

படங்களை வெளியிடுவதோடு கிரகங்களைப் பற்றிய கட்டுரைகளையும் வெளியிடுவது நலமென்று தோன்றியது. வேதம், சாஸ்திரம், மந்திரம், புராணம், தமிழ் இலக்கியங்கள், வழக்கு முதலியவற்றில் ஒவ்வொரு கிரகத்தைப் பற்றியும் வரும் செய்திகளைத் தொகுத்தேன். ஒன்றும் விடாமல் முற்றும் தொகுத்து விட்டேன் என்று சொல்ல இயலாது. கிடைத்த வற்றையெல்லாம் சேர்த்து வைத்துக் கட்டுரைகளை எழுதினேன். "கும்பன்" என்ற புனை பெயரோடு அவை வெளியாயின.

படங்களையும் கட்டுரைகளையும் கண்ட அன்பர்கள் பாராட்டி எழுதினார்கள். பலர் படங்களைத் தனியே எடுத்து வைத்துப் பூசிக்கலானார்கள். வேறு பலர் இவற்றைச் சேர்த்துப் புத்தகமாகத் தர வேண்டுமென்று விரும்பினார்கள். அதனால் இப்போது இப்புத்தகம் வெளியாகிறது. இதில் ஸ்ரீ முத்துசாமி தீட்சிதரவர்கள் பாடியுள்ள நவக்கிரகக் கீர்த்தனைகளும், நவக்கிரக தியான சுலோகங்களும், நவக்கிரக மங்களாஷ்டகமும், ஸ்ரீ திருஞான சம்பந்தமூர்த்தி நாயனார் திருவாய் மலர்ந்தருளிய கோளறு திருப்பதிகமும் சேர்க்கப் பெற்றிருக்கின்றன.

இந்தப் படங்களை அழகாகத் தீட்டிய ஸ்ரீ ராஜம் அவர்கள் செய்த உபகாரம் பெரிது. மூர்த்திகளையே சிருஷ்டித்துத் தந்திருக்கிறார் அவர். அவருக்கு மிக்க நன்றியைத் தெரிவித்துக் கொள்கிறேன்.

அன்பர்கள் இந்தப் புத்தகம் வேண்டும் வேண்டு மென்று பலமுறை எழுதி வற்புறுத்தினார்கள். அவர்களுக்கும் பிறருக்கும் இந்தப் புத்தகம் உவப்பாக இருக்கும் என்று நம்புகிறேன்.

கி.வா. ஜகந்நாதன்

நவக்கிரகம்

சூரியன்

நீ ஒளி, நீ சுடர், நீ விளக்கம், நீ காட்சி
மின்னல், இரத்தினம், கனல், தீக்கொழுந்து
இவை எல்லாம் நினது நிகழ்ச்சி.
கண் நினது வீடு
புகழ், வீரம் - இவை நினது லீலை
அறிவு நின் குறி, அறிவின் குறி நீ,
நீ சுடுகின்றாய், வாழ்க! நீ காட்டுகின்றாய், வாழ்க!
உயிர் தருகின்றாய்; உடல் தருகின்றாய்.
வளர்க்கின்றாய்; மாய்க்கின்றாய்
நீர் தருகின்றாய்; காற்றை வீசுகின்றாய், வாழ்க !

(பாரதியார்)

உலகுக்கே கண்ணாகவும் கண்கண்ட தெய்வமாகவும் விளங்குபவன் கதிரவன். அவனுடைய புகழை உலகில் இது காறும் வாழ்ந்திருந்த மக்கள் பல வகையில் விரித்துப் பேசி யிருக்கின்றனர். வேதம் அவனை வாழ்த்துகின்றது. வேதாங்கங்களில் கண்ணைப் போன்ற சோதிட நூல் அவனையே நடுநாயகமாகக் கொண்டு வழிபடுகிறது. இதிகாசங்களும் புராணங்களும் சூரியனுடைய புகழையும் வரலாற்றையும் பல வகையில் எடுத்துச் சொல்கின்றன. சூரியனைப் பற்றிய மந்திரங்களும் துதிகளும் பல உண்டு. அவனுடைய உருவ வருணனை, செயல்கள், அவனை வழிபடுவதனால் உண்டாகும் பயன்கள் ஆகியவற்றைப் பற்றிய செய்திகள் பல, வடமொழி நூல்களில் வந்திருக்கின்றன.

தமிழிலும் செங்கதிரவனைப் புகழும் பாடல்கள் பல உண்டு. சங்க காலப் புலவர் முதல், நம் காலத்தில் வாழ்ந்த பாரதியார் வரையில் அவனைப் பாடியிருக்கிறார்கள்.

சூரியனையே முழுமுதற் கடவுளாகக் கொண்டு வழிபட்ட சமயம் ஒன்று இருந்தது. அதற்குச் சௌரம் என்று பெயர். இன்றும் உலகத்தில் சில நாட்டினர் ஞாயிற்றை வழி பட்டு வருகின்றனர். கணித வகையில் சூரியனைத் தலைமையாக வைத்துக் கணிக்கும் முறைக்குச் சூரிய சித்தாந்தம் என்ற பெயரும், அவ்வகை அளவுக்குச் சௌரமானம் என்ற பெயரும் வழங்குகின்றன.

விஞ்ஞானிகள் சூரிய மண்டலத்தைப் பற்றியும் சூரியனுடைய கிரணங்களைப் பற்றியும் செய்துள்ள ஆராய்ச்சிக்குக் கணக்கு வழக்கே இல்லை. இன்னமும் செய்து கொண்டே வருகின்றனர்.

கவிஞர்கள், சூரிய உதயத்தையும் சூரிய அஸ்தமனத் தையும் காவியங்களினிடையே அழகு பெற வருணித்திருக்கிறார்கள். வடமொழி, தென்மொழி நூல்களில் இப்படி அமைந்த வருணனைகள் மிகப் பல. காவியத்துக்கு உறுப்பென்று, அலங்கார இலக்கணம் வரையறுத்துக் கூறுவனவற்றுள் சூரிய உதயமும் சூரிய அஸ்தமனமும் சேர்ந்தவை.

பாரத நாட்டில் உள்ளவர்களுக்கு மட்டுமின்றி மற்ற நாட்டில் உள்ளவர்களுக்கும் சூரியன் சிறப்புடையவன். அவனைப் பற்றி அந்த அந்த நாடுகளில் வழங்கும் கதைகளும் வழிபாட்டு முறைகளும் எண்ணிக்கையில் அடங்குவன அல்ல. கதிரவனுடைய கதிர்களைப் போல் அவனுடைய புகழ் பரந்திருக்கிறது. அவனைப் பாடாத மொழி இல்லை; வணங்காத மக்கள் இல்லை.

2

சூரியனைப் பற்றிய மந்திரங்கள் வேதத்தில் பல இடங்களில் வருகின்றன. ரிக் வேதம் மூன்று வித அக்கினிகளில்

ஒருவனாகக் கதிரவனை வருணிக்கிறது. அவனுக்கு ஏழு பெயர்கள் உண்டு. ஒவ்வொன்றும் ஒவ்வொரு காரணத்தால் வந்த பெயர். இருளை அழித்து ஒளியுடன் பகலைத் தருவதால் சவிதா என்ற பெயரும், உலகையெல்லாம் தன் ஒளியால் ஒளிரச் செய்வதால் பகன் என்ற பெயரும், ஒளியினால் இருளைப் போக்கிப் பூமியை உரமுடையதாக்குவதால் பூஷா என்ற பெயரும், தன் கதிர்களால் மூவுலகங்களையும் அளப்பதால் விஷ்ணு என்ற பெயரும், இரவில் தன் கதிர்களாகிய ரோமத்தை மடக்கிக் கொண்டு செல்வதால் கேசி என்ற பெயரும், உலக முழுவதும் உள்ள மக்கள் ஒருங்கே புகழ்வதால் வைசுவாநரன் என்ற பெயரும், செவ் வொளி படைத்த காளையாக வானில் ஏறுவதால் விருஷாகபி என்ற பெயரும் பெறுகிறான். உதயத்துக்கு முன் உஷையை யும், நண்பகலில் சூர்யாவையும், மறைந்த பின் விருஷாக பாயியையும் தன் மனைவிகளாகக் கொள்கிறான். அவனுக் குரிய தேவதைகள் அசுவினி தேவர்கள்.

யஜுர் வேதத்தில் பல இடங்களில் சூரியனின் புகழ் வருகிறது. ஓர் அநுவாகத்தில், 'நீ வெற்றியுடையாய்; எல்லா வற்றையும் காண்பவன்; சோதியை ஆக்குபவன்; எவ்வுலகையும் ஒளிரச் செய்கிறவன்' என்ற சூரியனுடைய பெருமையைக் காணலாம்.

'நாங்கள் இருளுக்கு அப்பால் உயரிய ஒளியைப் பார்ப்பவர்களாய், சூரியனிடம் வந்துள்ளோம். அவன் தேவர்களின் தேவனாவான். அவன் உயரிய சோதியாவான்.' சூரியனுக்குச் சமானமான சோதியுள்ளவன் யார்?

'அவனுடைய குதிரைகள் ஒரு சமயம் ஒளியும் மற்றொரு சமயம் இருளுமான ஆற்றலைத் தாங்கியுள்ளன.'

'சூரியனே! நீ மகான்; ஆதித்தியனே! நீ பெரியவன்; நீ பெரியவனாக இருப்பதால் நின் பெருமை போற்றப் பெறு கின்றது. இவ்வாறு செங்கதிரோன் பெருமையை யஜுர் வேதம் பேசுகிறது.

சாம வேதத்தில் வரும் சூரியனைப் பற்றிய மந்திரங்களில் சிலவற்றின் கருத்து வருமாறு:

'ஆதித்தியர்களே! நோயை நீக்குக. இன்னல் புரியும் பகைவரை ஓட்டுக! கெடுமதி உடையவனையும் அழிப்பீர்களாக! எங்களைத் தீவினையினின்றும் நீக்குக!'

'ஆயிர மக்களால் காணப்படுபவன். கவிகளுக்கு அறிவாக நிற்பவன், சோதி வடிவினன் சூரியன்; இவன் இருளை நீக்கி ஒளி உதயத்தைப் புகுத்துகிறான். சந்திரனோடு ஒன்றுகிறான்.'

'சூரியன் வாயுவினால் தூண்டப் பெற்று, மக்களைப் பாதுகாக்கிறான்; வளம் தருகிறான்; பல வகையில் ஒளி செய்கிறான். இயங்குவனவும் நிற்பனவுமாகிய அனைத்துக்கும் ஆன்மாவான சூரியன், வானத்தையும் வையத்தையும் தன் ஒளியால் நிரப்புகிறான். எல்லாவற்றையும் விளக்கும் சூரியனுக்கு முன், திருடர்களைப் போல் தன் கதிர்களை அடக்கிக் கொண்டு, நட்சத்திரங்கள் மறைந்து விடுகின்றன.'

'சூரியனே! நீ நோய்களைப் போக்குபவன். எல்லா ஒளி உலகத்தையும் ஒளிரச் செய்து, எழில் கனிந்த பொருள் அனைத்தையும் விளக்கம் அடையச் செய்கிறாய். அமரரும் ஞானியரும் மக்களும் எங்கும் பரவும் சோதியைக் காணும் வண்ணம் நீ உதயமாகிறாய். சூரியனே! நீ உன் ஆற்றலால் எங்கள் வாழ்நாளை இன்பமுடையதாக்கி, உயிர்க் கூட்டங் களை ஒளிரச் செய்து, வானத்தையும் நனந்தலை உலகத்தையும் அடைகிறாய்.'

"சோதிகளிற் சிறந்த சோதி; உத்தமன்; உலகை வெல்பவன்; செல்வம் எய்துபவன்; பெரியவன்; உலகம் முழுதும் ஒளிர்பவன்; ஒளி வீசுபவன்; மகான் ஆன சூரியன் காட்சிக்குப் பரந்தவனாக இருந்து, அழிவற்ற வெற்றியையும் தேசாகிய பலத்தையும் விரிக்கிறான்."

அதர்வ வேதம், இருதய நோயையும் காமாலையையும் போக்கச் சூரியனை வழிபடும் விரதத்தைச் சொல்கிறது.

பசுவின் அகத்தில் உள்ள புழுக்களைச் சூரியன் ஒழிப்பான் என்று கூறுகிறது.

மந்திரங்களுக்கெல்லாம் தாயென்ற சிறப்பையுடைய காயத்திரிக்குத் தெய்வம் ஸவிதாவாகிய சூரியன். அந்த மந்திரம் சைவர், வைஷ்ணவர் என்ற வேறுபாடின்றி யாவராலும் ஜபிக்கப் பெறுகிறது.

3

வால்மீகி ராமாயணத்தில் கதிரவனுடைய துதியாகிய ஆதித்திய ஹிருதயம் என்ற பகுதி ஒன்று இருக்கிறது. ராவணனோடு போர் செய்த ராமர், சோர்வை அடையாமல் இருக்கும் பொருட்டு அகத்திய முனிவர் தோன்றி, அவருக்கு ஆதித்திய ஹிருதயத்தை உபதேசித்தார். அந்த மந்திரத்தின் பெருமையை எடுத்துச் சொல்லி, "பகைவர் அனைவரையும் வெல்வதற்குரிய ரகசியத்தைக் கேட்பாயாக! ஆதித்திய ஹிருதயம் என்ற பெயரையுடைய இந்த மந்திரம் வெற்றியைத் தருவது; குறைவற்ற பயனை அளிப்பது; மிகத் தூய்மையானது; எல்லாப் பாவங்களையும் நாசம் செய்வது; மனக் கவலையையும் உடற் பிணியையும் போக்குவது" என்று விரித்துச் சொல்லி, பின் அந்த மந்திரத்தை உபதேசம் செய்தார். அந்தத் துதியில் கதிரவனுடைய பெருமைகள் விரிவாக வருகின்றன. ஆதித்தியன், ஸவிதா, சூர்யன், பகன், பூஷா, கபஸ்திமான், ஸ்வர்ண ஸத்ருசன், பானு, ஹிரண்ய ரேதஸ், திவாகரன், ஹரிதசுவன், ஸஹஸ்ரார்ச்சிஸ், ஸப்தஸப்தி, மார்த்தாண்டன், பாஸ்கரன், ரவி, வியோமநாதன், பிங்களன், கவி, மகா தேஜஸ், லோகஸாக்ஷி என்பன போன்ற திருநாமங்கள் பல சொல்லப் பெறுகின்றன. அவற்றிலிருந்து கதிரவனைப் பற்றிய செய்திகள் பலவற்றை உணர்ந்து கொள்ளலாம். அதிதியின் புதல்வன், உலகை உண்டாக்குபவன், மக்களைச் செயல் செய்யுமாறு

தூண்டுபவன், வானவெளியில் உலாவுபவன், மழையால் உலகைப் புரப்பவன், கதிர்களை உடையவன், பொன் வண்ணமுடையவன், ஒளியை உடையவன், பகலைச் செய்பவன், பசும் புரவிகளை உடையவன், ஆயிரங் கதிரோன், ஏழு குதிரைகளை உடையவன், இருளை அழிக் கும் கதிர்களைப் பெற்றவன், அழிந்தவற்றை ஆக்குபவன், வழிபடுவோர் உள்ளம் குளிரச் செய்பவன், மாலையில் வெம்மை அடங்குபவன், பனியை அழிப்பவன், மன்னன், வேதங்களின் கரையைக் கண்டவன், நீருக்கு நண்பன், வட்ட வடிவினன், தாமரையை மலர்த்துகிறவன், அளவற்ற திருவுருவத்தை உடையவன், உருக்கிய பொன்னைப் போலப் பொலிபவன், உலகுக்கு ஒரு சான்றாக நிற்பவன் என்பவை முதலிய இயல்புகள் அந்தப் பெயர்களால் தெரிய வருகின்றன.

"இந்தக் கடவுள் ஊழிக் காலத்தில் உலகத்தை அழிக்கிறார். மீட்டும் ஆக்குகிறார். இவர் காக்கும் தெய்வம். இவர் எல்லாவற்றையும் வற்றச் செய்கிறார். எரித்து விடுகிறார். தம் கதிர்களால் மழையைப் பொழிய வைக்கிறார். எவ்வுயிரும் உறங்குகையில் இவர் அந்தர்யாமியாயிருந்து விழித்திருக்கின்றார். இவரே வேள்வி; வேள்வியின் பயனும் இவரே; வேதங்களும் இவ்வுலகில் நிகழும் அனைத்தும் கதிர்க் கடவுளே'' என்று அகத்தியர் ராமபிரானுக்குக் கதிரவனின் பெருமையை எடுத்துக் கூறுகிறார்.

இந்த ஆதித்திய ஹிருதய ஸ்தோத்திரத்தை இன்றும் பலர் பாராயணம் செய்து வருகின்றனர்.

ராமர் பிறந்த ரகு வம்சமே சூரியனை முதல்வனாக உடையது. சுக்கிரீவனை ஞாயிற்றின் சேய் என்று ராமாயணம் சொல்லும். பிரமனுடைய கண்ணீரிலிருந்து தோன்றிய இருக்ஷவிரசன் என்ற குரங்கு, பெண் குரங்காக மாறிய போது சூரியனுடைய தொடர்பு உண்டாகச் சுக்கிரீவன் பிறந்தான்.

அநுமன் ஆதித்தனுடன் சென்று, நவ வியாகரணங்களையும் கற்றான் என்பது ஒரு வரலாறு.

4

பாரதத்தில் சூரியன் காசியப முனிவருக்கும் அதிதிக்கும் உதித்தவன் என்ற செய்தி வருகிறது. அதிதியின் புத்திரனாதலின் ஆதித்தியன் என்ற பெயரைப் பெற்றான். பன்னிரண்டு ஆதித்தர்களைப் பெற்றதாகவும் சொல்வதுண்டு. ஒரு சூரியனே ஒவ்வொரு மாதத்திலும் வெவ்வேறு கோலம் பூண்டதனால் பன்னிரண்டு ஆதித்தர்களாகத் தோற்றுகிறான் என்று கொள்வது ஒரு மரபு.

தேவர்களுக்காக அமுதம் கடைந்த போது, ராகு மறைவாக வந்து, அமுதத்தை உண்டான். அதைக் கண்டு, சூரியனும் சந்திரனும் மற்றவர்களுக்குக் காட்டினார்கள். அப்போது ராகு துண்டிக்கப்பட்டான். அந்தக் கோபத்தால் சூரியனையும் சந்திரனையும் ராகு பீடிக்கத் தொடங்கினான். ராகுவினால் கிரகணம் அடைந்த கதிரவன், "நான் அமரரின் பொருட்டுத் தானே ராகுவின் பகைமைக்கு ஆளானேன்? அவர்களுக்கு நன்மை செய்த எனக்கு இப்போது தீங்கு உண்டாக, அவர்களில் யாரும் ஏனென்று கேட்கவில்லை. இனி என் வெம்மையையும் காட்டி, உலகை எரித்து விடுகிறேன்', என்று சினம் கொண்டு மறைந்தான். அவன் மறைந்திருந்த போதிலும் உலகமெங்கும் ஆற்றுவதற்குரிய வெப்பம் உண்டாயிற்று. அதனை உணர்ந்த முனிவரும் தேவரும் பிரம தேவனிடம் சென்று முறையிட்டார்கள். பிரமதேவன் வெப்பத்தின் காரணத்தை உணர்ந்து கொண்டான். "இப்போது இருக்கும் வெப்பம் பெரிது அன்று. இனிமேல் கதிரவன் உதயமானால் உலகம் முழுவதும் வெந்து சாம்பலாகி விடும். ஆனால், அப்படிச் சாம்பலாகும் படியான நிலை வரப் போவதில்லை. காச்யபருக்கு வினதையினிடம் பிறந்த அருணன், கதிரவன் கதிர்களைத் தாங்கிக் கொண்டு அந்த வெம்மையை மறைப்பான்" என்று கூறினான். அவ்வாறே அருணன் செங்கதிரோனுடைய நேர்முன் அமர்ந்து, அவனுடைய ஒளியைத் தான் இழுத்துக் கொண்டு மறைந்தான். அதனால் வெய்யோனுடைய வெம்மை தணிந்தது.

துருவாசர் உபதேசித்த மந்திரத்தைப் பரீட்சிக்கும் பொருட்டு, கன்னியாக இருந்த குந்தி தேவி, சூரியனை நினைத்து அதை ஜபித்தாள். உடனே பானுமூர்த்தி அவள் முன் தோன்றி, அவள் கன்னிமையை மாற்றி, அளவளாவினான். அப்போது கர்ணன் பிறந்தான். கதிரவன் அவளை மீண்டும் கன்னி ஆக்கிச் சென்றான். கர்ணன் புதல்வனாதலின் அக் கதிரவனுக்குரிய கவச குண்டலங்களுடன் பிறந்தான்.

பாகவதத்தில் சூரியனைப் பற்றிய செய்திகள் பல உள்ளன. சூரியன் மேரு மலையை வலம் வருகிறான். அவன் கிரகங்களுக்கும் நட்சத்திரங்களுக்கும் தன் சுடரை வழங்குகிறான். மழை, பனி, வெப்பம் ஆகியவற்றை அவன் உண்டாக்குகிறான். அவனுடைய தேருக்கு ஒற்றைச் சக்கரம்; அதற்குப் பன்னிரண்டு ஆரக் கால்கள்; வேதத்தின் ஏழு சந்தங்களும் ஏழு பரிசுகளாக இருக்கின்றன. அந்தத் தேரில் அங்குஷ்டப் பிரமாணம் உள்ள வாலகில்லியர் என்ற முனிவர் அறுபதினாயிரம் பேர் இருந்து சூரியனைத் துதிப்பார்கள். புலத்தியர் முதலிய பன்னிரண்டு பேர்கள், மாதத்துக்கு ஒருவராக அவனைத் துதிப்பார்கள். வாசுகி முதலிய நாகங்களில் ஒவ்வொன்றும், ஒவ்வொரு மாதத்தில் சூரியன் தேரை இழுத்துச் செல்லும். அத்தேரைச் சுற்றிச் சில அரக்கர் திரிவர்; கந்தருவர் பாடுவார்கள்; அரம்பையர் ஆடுவர். மும்மூர்த்தி களின் அம்சமாகவும் சூரியன் திகழ்கிறான்.

வையகம் படைத்தல்செய் மலரின் அண்ணலும்
பொய்யறு மாயனும் புகல்முக் கண்ணனும்
ஐயசெங் கதிர்களோர் ஆயி ரந்திகழ்
வெய்யவ னாம்என விளம்பும் நூல்களே

மார்க்கண்டேய புராணம், பிரம புராணம் முதலிய புராணங்களிலும் தல புராணங்களிலும் சூரியனைப் பற்றிய வரலாறுகள் பலபடியாகக் காணப்படுகின்றன.

இருள்மயமான அண்டத்தைப் பிரளயம் பிளந்த போது ஓம் என்ற ஒலி உண்டாயிற்று. அந்த ஒலியிலிருந்து தேஜோ

மயனான சூரியன் தோன்றினான் என்று மார்க்கண்டேய புராணம் கூறும்.

சிவாகமங்கள், சிவபெருமான், சூரிய மண்டலத்தின் நடுவே ஒளிர்கிறாரென்றும், சூரியனாகவே விளங்குகிறாரென் றும், அவருக்குரிய அட்ட மூர்த்தங்களில் ஒன்று சூரியனென் றும், சூரியனை வலக் கண்ணாக உடையவர் என்றும் சொல்கின்றன. சூரியனாக விளங்கும் போது, சிவசூரியன் என்ற திருநாமத்தோடு சிவபெருமான் விளங்குகிறார். சிவசூரியன் நான்கு முகம், எட்டுத் தோள், சிவந்த ஆடை ஆகியவற்றை உடையவன்.

சூரியனுக்குப் பல மனைவியர் இருப்பதாகப் புராணங்கள் கூறும். சம்ஞா தேவியிடம் பிறந்தவர்கள் வைவச்சுத மனு, யமன், யமுனை, அச்வினி தேவர்கள். சாயா தேவியிடம் பிறந்தவர்கள் சனி, சாவர்ணி மனு, தபதி என்னும் பெண். சருஷிE என்னும் மனைவியிடமிருந்து பிருகு, வால்மீகர் என்போர் பிறந்தனர். ஊர்வசியின் மேல் காதல் உண்டான போது தோன்றியவர் அகத்தியர், வசிட்டர்.

5

தமிழ் நூல்களிலிருந்து கதிரவனுடைய வழிபாட்டைப் பற்றிய செய்திகள் பல கிடைக்கின்றன. தொல்காப்பிய உரையில் பேராசிரியர், சூரியனுடைய துதியாக இரண்டு செய்யுட்களைக் காட்டுகிறார்.

"உலகங்களையெல்லாம் படைத்த பிரமன் முதலிய தேவர்களை வெளியாக்கினவன் நீ ஆதலால், பருதியஞ் செல்வனே, நின் திருவுள்ளத்தில் உள்ள அருள், எங்களிடமிருந்து நீங்காமல் இருக்கட்டும்" என்று ஒரு பாடல் சொல்கிறது.

அண்டங்கள் பலபயந்த அயன்முதலாம் இமையோரைக்
கொண்டங்கு வெளிப்படுத்த கொள்கையை ஆகலின் ஓங்குயர்

பருதியஞ் செல்வ! நின்
நீங்கா உள்ளம் நீங்கன்மார் எமக்கே.

மற்றொரு செய்யுள், "கதிரவன் மனக் கமல மலரையும் மலர்த்துபவன்" என்று சொல்கிறது. அவனே இருளையும் ஒளியையும் வெளிப்படுத்துபவன். நட்சத்திரங்களைப் பகலில் தன்பால் மறைத்துக் கொண்டு, இரவில் வெளிப் படுத்துகிறான். சந்திரனை ஒளி உடையவனாகப் படைத்த வனும் சூரியனே. இவ்வாறு கதிரவன் புகழை விரிவாகப் பாடுகிறது.

நீராகி நிலம் படைத்தனை; நெருப்பாகி நீர் பயந்தனை; ஊழியிற் காற்று எழுவினை; ஒளிகாட்டி வெளிகாட்டினை

என்று ஐம்பெரும் பூதங்களுக்கும் ஆதாரமாகவே சொல்கிறது.

சிலப்பதிகாரத்தில், தொடக்கத்திலேயே இளங்கோ வடிகள் சந்திரனையும், சூரியனையும் வாழ்த்துகின்றார்.

ஞாயிறு போற்றுதும் ஞாயிறு போற்றுதும்
காவிரி நாடன் திகிரிபோல் பொற்கோட்டு
மேரு வலந்திரித லான்.

என்பது கதிரவனை வாழ்த்திய பாடல்.

கண்ணகி, தன் கணவனாகிய கோவலன், அரசியின் சிலம்பைத் திருடிய கள்வனென்று குற்றம் சாட்டப் பெற்று கொலையுண்டதை அறிந்து வருந்தி, எல்லாவற்றிற்கும் சாட்சியாக இருக்கும் கதிரவனைப் பார்த்து, “காய் கதிர்ச் செல்வனே! கள்வனோ என் கணவன்?" என்று கேட்டாள். உடனே சூரியன் குரல் அசரீரியாகக் கேட்டது.

கள்வனோ அல்லன்; கருங்கயற்கண் மாதராய் ஒள்ளி உண்ணுமிவ் வூர்

என்பது அக்குரல்.

சூரியனைப் பாலை நிலத்துக்குத் தெய்வமாகக் கொள்வது ஒரு சாரார் கொள்கை. “மழையையும் காற்றையும் தருகின்ற ஞாயிறு பாலைக்குத் தெய்வமாயினமை" என்று நச்சினார்க்கினியர் ஓரிடத்தில் எழுதுகிறார்.

கனைகதிர்க் கனலியைக் காமுறல்
வளிதரும் செல்வனை வாழ்த்தவும்.

என்ற கலித்தொகை அடிகளிலிருந்து சூரியனை வழிபடும் வழக்கம் இருந்தமை தெரிய வருகிறது. கதிரவனை வணங்கி, ஏதேனும் வேண்டிக் கொண்டால் அது நிறைவேறும் என்ற கருத்து தமிழர்களுக்கு இருந்து வந்தது.

மறாஅ அரைச

என்று கலித் தொகையில் வரும் பகுதிக்கு, நச்சினார்க்கினியர், "உலகத்தார் வேண்டிக் கொண்ட காரியங்களை மறாத ஞாயிறே” என்று எழுதிய உரையிலிருந்து இதனைத் தெளியலாம்.

வெங்கதிரோனுடைய வெம்மை முழுவதும் அப்படியே உலகில் சார்ந்தால் உயிர்கள் அதனைப் பொறுக்க முடியாது. ஆதலின் அதன் வெம்மையைக் கருணையினால் சில அவிர் சடை முனிவர் தாங்கிக் கொள்கின்றனர். அதனால் ஆதித்தனுடைய கதிர்கள் உலகம் தாங்கும் அளவுக்குப் படிகின்றன. இந்த முனிவரையே வாலகில்யர் என்று கூறுவர். இவர்கள் சூரியனுடனே உலவி வருவார்கள். காற்றையே உணவாக உடையவர்கள். இவர்களை, “விண்செலல் மரபின் ஐயர்" *(107)* என்று திருமுருகாற்றுப் படையும், “சுடரொடு திரிதரு முனிவர்” *(12)* என்று சிலப்பதிகாரமும் குறிப்பிடுகின்றன. தாமப்பல் கண்ணனார் பாட்டு ஒன்றில் சற்று விரிவாகவே இவரைப் பற்றிய செய்தி வருகிறது.

நிலமிசை வாழ்நர் அலமரல் தீரத்
தெறுகதிர்க் கனலி வெம்மை தாங்கி

காய்உண வாகச் சுடரொடு கொட்கும்
அவிர்சடை முனிவரும்

(புறநானூறு 34)

6

நேரே வழிபடுதலும், உருவம் அமைத்து வழிபடுவதும், யந்திரத்தில் ஆவாகனம் செய்து பூசித்தலும், நிலத்தில் உரு எழுதி ஆராதித்தலுமாகச் சூரிய வழிபாடு பல வகைப்படும். சூரியனுக்குத் தனியே கோயில் உண்டு. சிவாலயத்தில் பரிவார தேவதைகளில் ஒன்றாகவும் வைத்துப் பூசை செய்வார்கள். நவக்கிரகங்களில் ஒன்றாகச் சூரியனை வைத்து, வலம் வந்து வணங்கும் வழக்கத்தை யாவரும் அறிவார்கள். தை மாதப் பிறப்பாகிய மகர சங்கராந்தியன்று சூரியன் உருவை நிலத்தில் எழுதிப் பூசை புரியும் வழக்கம் இன்றும் இந் நாட்டில் இருந்து வருகிறது. சூரியனைச் சூரிய நாராயணன் என்று பாராட்டுவர். அவன் திருமாலின் அம்சம் என்பதே காரணம்.

தமிழ் நாட்டில் சூரியனுக்குத் தனியே கோயில்கள் இருந்தன. காவிரிப் பூம்பட்டினத்தில் சூரியன் கோயில் இருந்தது. அதை இளங்கோவடிகள் “பகல்வாயில் உச்சிக்கிழான் கோட்டம்” என்று சொல்கிறார். “கீழ்த் திசையில் உள்ள சூரியன் கோயில்” என்பது இதன் பொருள்.

சோழ நாட்டில் சூரியனார் கோயில் என்ற தலத்தில் சூரியனுக்குத் தனிக் கோயில் உண்டு. ஒரிஸ்ஸாவில் கோனக் (கோணார்க்கம்) என்னும் இடத்தில் கதிரவன் கோயில் இருக்கிறது.

சூரியனுடைய திருவுருவத்தைக் குறிக்கும் தியான சுலோகங்கள் சில உண்டு. அவற்றிலிருந்து சூரிய மூர்த்தியின் உருவ இயல்பை அறியலாம். விஷ்ணு புராணம் முதலியவற்றிலும் இந்த வருணனையைக் காணலாம். அந்த வருணனைகளில் சில வேறுபாடுகள் இருக்கும். “நவக்கிரக ஆராதனம்” என்ற வடமொழி நூலில் உள்ளவை வருமாறு.

சூரியன் சிவந்த வண்ணமுடையவன். செம்மலரைச் சூடியிருப்பான். செம்மலர் மாலையும் செவ்வாடையும் அணிந்திருப்பான். செந்நிறக் குடையும் கொடியும் கொண்டு, ஒளி வீசும் தேரில் ஏறி வருவான். பதுமாசனத்தில் கிழக்கு முகம் நோக்கி, இரு புஜங்களை உடையவனாய்த் தாமரை மலரை ஏந்தி வீற்றிருப்பான். கடகமும் குண்டலமும் அணிந்திருப்பான்.

நவக்கிரகக் குழுவின் நடுவே, வட்ட வடிவமான மண்டலத்தில் ஆவாகனம் செய்யப் பெறுவான்.

சூரியனுக்கு அதிதேவதை அக்கினி; அக்கதிரோனுக்கு வலப் பக்கத்தில் மேஷ வாகனத்தின் மேல் மூன்று கைகளும் மூன்று கால்களும் உடையவனாக எழுந்தருளியிருப்பான். எகிப்தில் "கார்நாக்" என்ற இடத்தில் சூரியன் கோயில் ஒன்று இருக்கிறது.

சூரியக் கிரகத்தின் பிரத்யதிதேவதை ருத்திரன். சூலமும் தமருகமும் தாங்கிய இரண்டு கரங்களுடன் சூரியனுக்கு இடப் பக்கத்தே இருப்பான்.

விஷ்ணு புராணம், 'மங்களமான ரோமங்களை உடையவன்; மாலையும் ஆடையும் செம்மை நிறம் உடையவன்; ஒளி படரும் முகம்; நான்கு கை; கவசம் அணிந்திருப்பான்; இடக் கையைத் தண்டி என்னும் ஏவலாளன் மேலும், வலக் கையைப் பிங்களன் என்பவன் மேலும் வைத்திருப்பான். மற்ற இரண்டு கரங்களில் கேடயமும் சூலமும் தாங்குவான். அவன் கொடி சிங்கம்' என்று சூரியனை வருணிக்கிறது.

சங்கீத மும்மூர்த்திகளில் ஒருவராகிய ஸ்ரீ முத்துசாமி தீட்சிதர் நவக்கிரகங்களின் மேல் ஒன்பது கீர்த்தனங்களை இயற்றியிருக்கிறார். ஒவ்வொரு பாட்டிலும் அந்த அந்தக் கிரக வருணனையும் மந்திரமும் வழிபாட்டின் பயனும் அமைத்திருக்கிறார். 'சூர்ய மூர்த்தே நமோஸ்துதே' என்று தொடங்கும் கீர்த்தனம் கதிரவனைப் பற்றியது. 'சூரியன்சாயா தேவியின் கணவன். காரிய காரண ரூபமாக இருப்பவன்.

உலகத்துக்கு ஒளியை வழங்குபவன். சிங்க ராசிக்கு அதிபதி. உயர்ந்தோர் போற்றும் ஒளிப் பிழம்பானவன். உடல் நலத்தை அருள்பவன். தாமரைக்கு நண்பன். உலகத்துக்கு மித்திரன். ஆயிரம் கதிருடையவன். கர்ணனைப் பெற்றவன். கொடிய பாவத்தைப் போக்குகிறவன். அக்கினி உருவுடையோன். குரு குகருக்கு மகிழ்ச்சியைத் தருபவன். சுயம் பிரகாசன். ஞானிகளால் புகழப் பெறுபவன். பகலை விரிக்கும் மாணிக்கம் அனையவன். கிரகங்களுக்குள் சிறந்தவன். ஆண்மையுடையோரின் பூசனையைப் பெற்றவன். மக்கள் செய்யும் செயல்களுக்கெல்லாம் சான்றாக இருப்பவன். ஒளியுடைய ஏழு குதிரைகளைப் பூட்டிய தேரை உடையோன். சூரியாஷ்டாட்சர மந்திர ஸ்வரூபி. பொன்னிற மேனி உடையவன். பிரம்மா, விஷ்ணு, சிவனென்னும் மும்மூர்த்திகளின் உருவமாய் இருப்பவன். புத்தியையும் முக்தியையும் அளிப்பவன்' என்பவை தீட்சிதர் கீர்த்தனை விஷயங்கள்.

இந்தக் கீர்த்தனத்தை ஒவ்வொரு நாளும் அன்போடு பாடினால் எல்லா நலமும் கிடைக்கும் என்ற பயனைத் தீட்சிதர் சொல்லியிருக்கிறார்.

சூரிய நமஸ்காரத்துக்குரிய மந்திரம் தனியே உண்டு. அதனால் கதிரவனை வழிபட்டால் கண் ஒளி பெருகும் என்பர். 'கண் கெட்ட பிறகு சூரிய நமஸ்காரமா?' என்ற பழமொழி இதனைக் குறிக்கிறது.

மயூரகவி என்ற வடமொழிப் புலவர், 'சூரிய சதகம் பாடிக் கண் பெற்றார்' என்பது கர்ண பரம்பரையான செய்தி.

வாழி பகல்செய்வோன் வாழி ஒளிஉருவன்
வாழியோர் ஆழித்தேர் மன்னுசுடர்—வாழியரோ
ஞாலம் விழிதிறப்ப நல்லோர் புகழுரைப்பக்
காலம் விளங்கும் கதிர்

சந்திரன்

***பொருந்த வான்உறை நாள்களை நாள்தொறும் புணர்வோன்
அருந்த வானவர்க் காரமு தன்புடன் அளிப்போன்
திருந்த வானவர்க் கரியவன் செஞ்சடை முடிமேல்
இருந்த வானவன் பெருமையை யார்கொலோ இசைப்பார்?
செம்பொன் மால்வரை மத்தினிற் பணிவடம் பிணித்திட்டு
உம்ப ரானவர் தானவ ருடன்கடைந் திடவே
தம்ப மானதும் அன்றி அத் தழல்விடம் தணிய
அம்பு ராசியின் ஆரமு துடன்அவ தரித்தோன்***

(வில்லிபுத்தூரார் பாரதம்)

நவக்கிரக மண்டலத்தில் சூரியனுக்கு அடுத்தபடி வருபவன் சந்திரன். சூரியனையும் சந்திரனையும் சேர்த்து வழங்குவது மரபு. வெங்கதிரோன் என்று சூரியனைச் சொல்லுவர். சந்திரனைத் தண்கதிரோன் என்று கொண்டாடுவர். உணவு, பயிர், அமுதம், இன்பம், கவிதை, காதல், தண்மை, பாற்கடல், குமுத மலர், சோமலதை, கள், பெண் ஆகிய இன்பப் பொருள்களோடெல்லாம் தொடர்புடையவன் சந்திரன். அவனை விரும்பாத மக்களே இல்லை. அவனுக்கு லோகப் பிரியன் என்று பெயர் இருக்கிறது.

யாவரும் விரும்பும் சந்திரன் அழகன். பெண்டிர் உள்ளம் கவர்பவன். அவனைக் குழந்தைகள் முதல் கிழவர் வரையில் யாவரும் விரும்புகிறார்கள். அவனிடமிருந்து வரும் அமுதத்தை அமரர் நுகர்கின்றனர்; பிதுர்த் தேவதைகள் உண்ணுகின்றனர்; அவனால் பயிர்கள் வளர்கின்றன; கடல் பொங்குகிறது; கவிதை உணர்ச்சி ஊறுகிறது. பாட்டி சொல்லும் கதையில் அவன் எல்லோருக்கும்

பிரியமானவனாவதற்கு ஒரு காரணம் கற்பனையாக வருகிறது. குழந்தைகளின் உள்ளத்தைக் குளிர வைக்கும் கதை அது.

ஆண்டு முதிர்ந்த அன்னை ஒருத்திக்கு நான்கு குழந்தை கள் இருந்தார்கள். சூரியன், சந்திரன், வருணன், வாயு என்ற அந்த நான்கு பேர்களும் ஒரு நாள் ஒரு செல்வர் வீட்டில் நடந்த விருந்துக்குப் போனார்கள். அவர்கள் விருந்துக்குப் புறப்படும்போது அன்னை அவர்களிடம், "அங்கே பரிமாறும் பட்சணங்களில் ஏதாவது எனக்குக் கொண்டு வாருங்கள்" என்று சொல்லி அனுப்பினாள்.

நான்கு பேரும் விருந்துண்ணச் சென்றார்கள். விருந்தில் வடை, வாழைப் பழம், தித்திப்புப் பட்சணம் எல்லாம் போட்டார்கள். சந்திரன் அவற்றை இலையிலே போட்டுக் கொள் ளாமல் கையில் வாங்கி வைத்துக் கொண்டான். மற்ற மூன்று பேர்களும் எல்லாவற்றையும் தாமே தின்று விட்டார்கள். விருந்து முடிந்த பிறகு அந்த நான்கு பிள்ளைகளும் வீட்டுக்குப் போனார்கள். அன்னை, "எனக்கு என்ன கொண்டு வந்தீர்கள்?" என்று கேட்டாள்.

"குழந்தைகளுக்குப் பட்சணமே போடவில்லை" என்று சூரியன் கையை விரித்தான். 'கொஞ்சமாகத் தான் போட்டார்கள்; நானே தின்று விட்டேன்" என்று வருணன் சொன்னான். "நான் உனக்குக் கொண்டு வர வேண்டுமென்பதை மறந்து விட்டேன்" என்று வாயு கூறினான். சந்திரன் மட்டும் தான் கொண்டு வந்திருந்த பட்சணங்களை அம்மாவிடம் கொடுத்தான்.

அன்னைக்குச் சந்திரனிடம் இருந்த அன்பு பொங்கி வழிந்தது. "நீதான் அப்பா எனக்கு உகந்த பிள்ளை; உத்தமமான புத்திரன். மற்றவர்கள் எல்லாம் தங்கள் வயிறே பெரிதென்று எல்லாவற்றையும் தின்று ஏப்பம் விட, நீ எனக்காகப் பட்சணங்களை எடுத்து வந்தாயே. உன்னால் தான் எல்லோருக்கும் நன்மை உண்டாகும். உங்கள் நாலு பேர்களில் உன்னைத் தவிர மூன்று பேர்களையும் உலகத்தார்

வையட்டும். உன்னை மாத்திரம் எப்போதும் களிப்போடு வாழ்த்தட்டும்'' என்று அவள் கூறினாள். அதனால் தான் இப்போதும் சூரியன் முதலியவர்களைச் சிற்சில சமயங்களில் மக்கள் வைகிறார்கள். கோடையில், "பாழும் சூரியன் கொளுத்துகிறானே!" என்று சூரியனை வைவது உண்டு. அதிகமாக மழை பெய்தால், "இந்த நாசகார மழை நிற்க மாட்டேன் என்கிறதே!" என்று வைகிறார்கள். "இந்தப் பேய்க் காற்று நிற்குமா, நிற்காதா?'' என்று வாயுவுக்கும் வசவு கிடைக்கிறது. ஆனால், சந்திரனை மாத்திரம் யாரும் வைவதில்லை. அவன் வரவை யாவரும் எதிர்பார்க்கின்றனர். சந்திரன் உதயமாகி விட்டாலே, அதன் நிலவில் இன்பம் காணுகிறார்கள். ''நிலா நிலா வா வா, நில்லாமல் ஓடி வா" என்று குழந்தைகள் குதூகலத்துடன் அவனை அழைக்கின்றனர்.

2

வேதங்களில் சந்திரனை ஸோமன் என்றும், சந்திரமா என்றும் குறிக்கிறார்கள். சந்திரன் அமுதமயமானவன் என்றும், உலகில் உள்ள பயிர்களுக்கு வளர்ச்சி தருபவன் என்றும், ஸோம பானத்தை அருள்பவன் என்றும் வேதங்கள் சொல்கின்றன.

ஸோமனைப் பற்றி வேதங்களில் பல கதைகள் இருக்கின்றன.

ஸோமன் என்னும் அரசன் கந்தர்வனிடம் இருந்தான். அவனைத் தமக்கு நண்பனாகப் பெற்றால் பல இன்பங்களை அடையலாமென்று தேவர்களும் முனிவர்களும் அவனை விரும்பினார்கள். கந்தர்வனிடமிருந்து அவனை அழைத்து வரும் வழி என்ன என்று ஆராய்ந்தார்கள். வாக்கை மங்கையாக்கிக் கந்தர்வனை மயங்கச் செய்து அவனிடமிருந்து ஸோமனைப் பெற்றார்கள். இது ஐதரேயத்தில் வரும் கதை.

வானத்தில் இருந்த ஸோமனைக் காயத்திரியின் உதவியால் அமரர்கள் பூமிக்குக் கொண்டு வந்தார்கள் என்று சதபதப் பிராம்மணத்தில் ஒரு செய்தி வருகிறது.

தைத்திரீயத்தில் ஒரு கதை இருக்கிறது. பிரஜாபதிக்கு முப்பத்து மூன்று பெண்கள். அவன் அவர்களை ஸோமனுக்கு மணம் செய்து கொடுத்தான். அவர்களில் ரோகிணியிடம் மாத்திரம் ஸோமன் அன்பு வைத்து, மற்றவர்களைப் புறக்கணித்தான். அவர்கள் அதனால் சினம் கொண்டு, தம் தந்தையை அணுகி முறையிட்டார்கள். பிரஜாபதி ஸோமனைக் குறை கூறவே, அவன் யாவரிடமும் ஒத்த அன்புடன் இருப்பதாக உறுதி கூறினான். ஆனால், அவ்வாறு செய்யவில்லை. அதனால் உடல் குறைந்தவனானான். அப்பால் தன் மனைவியருடைய உதவியைக் கொண்டு செங்கதிரோனை அணுகி, தன் குறையினின்றும் நீங்கினான்.

தைத்திரீயத்தில் வேறு ஒரு கதை உண்டு. பிரஜாபதி மூன்று வேதங்களையும் வெளிப்படுத்தினான். அவற்றை ஸோமன் கைப்பற்றிக் கொண்டு சென்று விட்டான். பிரஜா பதிக்குச்சாவித்திரி, சிரத்தை என்று இரண்டு பெண்கள் இருந்தார்கள். ஸோமன் சிரத்தையை விரும்பினான். சாவித்திரியை விரும்பவில்லை. இந்தச் செய்தியைச் சாவித்திரி தன் தந்தையிடம் சென்று முறையிடவே, பிரஜாபதி ஒரு வழி செய்தான். ஒரு பச்சிலைச் சாற்றினால் சாவித்தியின் நெற்றியில் திலகம் இட்டு, ஸோமனிடம் செல்லுமாறு அனுப்பினான். அப்போது அவள் அழகு, ஸோமன் உள்ளத்தைக் கவர்ந்தமை யால் அவன் அவளை வலிய வந்து காதலித்தான். தன்பால் இருந்த மூன்று வேதங்களையும் மீட்டும் பிரஜாபதியினிடம் அளித்து விட்டுச் சாவித்திரியைக் கைப்பற்றிச் சென்றான்.

ஸோமனாகிய சந்திரன் செல்வத்தை அளிப்பவன். வீரர்களிடம் எழுச்சியை உண்டாக்குபவன். தேவர்களுக்குத் தேவனாய் விளங்குகிறவன். தேவர்கள் ஸோமனைப் பருகுகிறார்கள். சோதியும் உலகமும் மலைகளும் செடி கொடிகளும் சூழ விளங்குபவன் அவன். இவ்வாறு யஜுர் வேதத்தில் ஸோமனுடைய புகழ் நிலவுகிறது. "ஸோமனே! துதியை விரும்பும் வனஸ்பதியான நீ, நாங்கள் அழியாமல் இருக்கும்படி எங்கள் உயிரை வலி பெறச் செய்க. தேவர்

களுக்குப் பிரமனாகவும் கவிகளுக்குத் தலைவனாகவும் அந்தணர்களுக்கு முனிவராகவும் விலங்குகளுக்கு மகிஷனாகவும் கழுகுகளுக்குக் கருடனாகவும் காட்டுக்குக் கோடரி யாகவும் விளங்குகிறாய். கானம் செய்கிறாய். தூய்மையிலே செலுத்துகிறாய்'' என்று ஒரு மந்திரம் சொல்கிறது. சுக்கில யஜுர் வேதத்தில் ஓரிடத்தில், "ஸோமனே, இனியதும் மிக்க இன்பம் அளிப்பதுமாகிய தாரையுடன் நீ பாய்க. இந்திரன் நுகரும் வண்ணம் நீ அமுதம் பொழிகிறாய். நீ பகையை அழிப்பவன்; எல்லா மக்களுக்கும் நண்பன்" என்று பொருள் தரும் மந்திரங்கள் இருக்கின்றன.

"ஸோமனே, போரில் உன்னை வெல்ல முடியாது. போரிலே காப்பவன் நீ. எங்கள் இருக்கைக்குக் காவலன் நீ. வலிமைக்கும் உயிர்ப்புக்கும் துணைவன் நீ. பெரிய பொருளிலே புலப்படுபவன். நல்ல இடத்தை உடையவன். நற்புகழுடன் பகையை வெல்பவன்" என்றும், "ஸோமனே, நீ இந்தப் பச்சிலைகள், இந்தப் பசுக்கள், இந்த நீர்நிலை ஆகியவற்றை உண்டாக்கினாய். அகல்வானத்தை விரிப்பவனும் நீதான். உன் சுடரால் இருளைப் போக்குகிறாய்'' என்றும் அந்த மறை பாடுகிறது.

3

புராணங்களில் சந்திரனைப் பற்றியுள்ள கதைகள் பல. இதிகாசமாகிய பாரதத்தில் பல இடங்களில் அவனைக் காண்கிறோம். சந்திரனைத் தம்முடைய குல முதல்வனாகப் பெற்றவர்கள் பாண்டவர்கள். வில்லிபுத்தூரார் ஆதி பருவத்தின் தொடக்கத்திலே சந்திரனுடைய புகழைப் பாடுகிறார். "எங்கள் இறைவனாகிய திருமாலின் இருதயத்திலே பிறந்தவன்; நாள்தோறும் வானில் உள்ள நட்சத்திர மங்கையரைக் கூடிக் குலவுபவன்; வானவருக்கு அமுது அளிப்பவன்; சிவ பெருமான் திருமுடி மேல் இருப்பவன்; பாம்புகளின் மூச்சுக் காற்றினால் மயங்கிக் கிடந்த பூமியைத் தன்னுடைய அமுத நிலவைப் பொழிந்து வெப்பம் நீங்கித் தண்மையடையச் செய்தவன்; தேவர்கள்

அமுது கடைந்த போது, தூணாக நின்றதோடு, அதில் தோன்றிய ஆலகால விஷத்தின் கொடுமை தணியும்படி அக்கடலில் அமுதுடன் அவதரித்தவன்; பதினாறு கலைகளை உடையவன்; சூரியனிடத்தில் அக் கலைகளைக் கொடுத்து, மறுபடியும் பெற்றுக் கொள்பவன்; அத்திரி முனிவர் கண்ணிலும் அக்கினியிலும் தோன்றி யவன்; வேத மந்திரங்களைச் சொல்லி, அந்தணர்கள் போற்றி வழிபடும் பெருமையை உடையவன்; புதன் என்னும் புதல்வனைப் பெற்றவன்" என்பவை அவர் பாடலால் அறியப் பெறும் செய்திகள்.

அத்திரி முனிவர் தவம் புரிய, அவர்பால் இருந்த உயிர்க் கரு, யோக வலிமையால் மேல் நோக்கி எழுந்தது. அது கண் வழியே தோன்ற, அதனைப் பிரமதேவன் தொகுத்து, விமானத்தில் இட்டான். அது உயிர் பெற்று ஸோமன் என்ற பெயருடன் விளங்கியது. தண்ணிய ஒளியும் துளியும் உடைய ஸோமனிடத்திலிருந்து சிந்திய அமுதத் துளியிலிருந்து உயிர்களும் பச்சிலைகளும் தோன்றின. ஸோமன், சிவபெருமானை நோக்கித் தவம் புரிந்து, ஒன்பது கோள்களில் ஒருவனானான். அந்தணருக்கும், பயிர், மூலிகைகள் ஆகிய வற்றிற்கும் தலைவனானான். சிவபெருமான் திருவிழிகளில் ஒன்றாகவும் அப்பெருமான் திருமுடிக்கண்ணே அணியும் அணிகலனாகவும் விளங்கலானான். இது காசி காண்டத்தில் உள்ள கதை.

தட்சனுடைய பெண்களான அசுவதி முதலிய இருபத் தேழு பேர்களைச் சந்திரன் மணந்தான். தன் மனைவியர் எல்லோரிடமும் ஒத்த அன்பு வைக்காமல் கார்த்திகையினிடமும் ரோகிணியிடமும் மிகுதியாகக் காதல் கொண்டு ஒழுகினான். அதனால் துன்பமுற்ற மற்ற நட்சத்திர மங்கையர், தம் தந்தையாரிடம் முறையிடவே, "உனக்கு க்ஷய ரோகம் உண்டாகுக'' என்று சந்திரனை தட்சன் சபித்தான். அதனால் நாளுக்கு ஒரு கலையாகத் தேயத் தொடங்கினான். பிறகு சிவபிரானுடைய அருளால் தேய்ந்த கலைகள்

மறுபடியும் வளரப் பெற்றான். அது முதல் அவன் கலைகள் தேய்ந்தும் வளர்ந்தும் வருகின்றன.

தட்ச யாகத்தில் சிவபெருமானுடைய காலால் தேய்க்கப் பெற்றவன் சந்திரன். கந்த புராணம் முதலிய புராணங்களில் இந்த வரலாறுகளைக் காணலாம்.

ஒரு சமயம் நாரதர், சிவபெருமானிடம் ஒரு மாங்கனியைக் கொண்டு வந்து கொடுத்தார். அதைக் கணபதி, தமக்குத் தர வேண்டுமென்று கேட்டார். அப்போது சந்திரன், கணபதியைக் கண்டு நகைத்தான். விநாயகர் அவனுக்கு ஒளியிழக்கவும், மேனி நிலை மாறவும் சாபமிட்டார். சந்திரன், தன் பிழையைப் பொறுக்க வேண்டுமென்று பணிந்து வேண்டவே, "ஒரு நாள் மாத்திரம் நீ சண்டாளத்துவம் அடைவாய்" என்று அருளினார். ஆவணி மாதம் வளர்பிறைச் சதுர்த்தியன்று அவனைப் பார்த்தால் தோஷம் உண்டாகும் என்று சொல்வார்கள். "நாலாம் பிறைச் சந்திரனைக் கண்ட வர்கள் நாய் பட்ட பாடு படுவார்கள்" என்று இச் செய்தி பழமொழியிலும் ஏறி விட்டது.

சந்திரன் ஓஷதிகளுக்குத் தலைவன். பல ராஜசூய யாகம் செய்த பயனாகப் பிருகஸ்பதியின் தேவியாகிய தாரையோடு கலந்து இன்புற்றான்.

அப்போது புதன் அவர்களுக்குச் சேயாய் உதித்தான். தன்னுடைய தகாத செய்கையால் சந்திரன் சாபம் பெற்றான். தேவாசுர யுத்தம் உண்டாயிற்று. அதன்பின் தாரை மீண்டும் பிருகஸ்பதியினிடம் சென்றாள். இவனுடைய கலையை முதல் பதினைந்து நாள் தேவர்களும் பின் பதினைந்து நாள் தென் புலத்தாரும் அருந்துவர். சூரியனது சுழுமுனை என்னும் கதிரால் ஒளி பெறுகிறான் சந்திரன்.

சந்திரனுக்குக் கலை ஞான பாதன் என்ற குமாரன் ஒருவன் உண்டு. நற்குணமும் வெண்ணிறமும் தென்கிழக்கும் சந்திரனுக்கு உரியவை. இவனுடைய தேருக்கு மூன்று

சக்கரங்கள் என்றும், அத்தேரில் பூட்டியவை குருந்த மலர் நிறமுடைய குதிரைகள் பத்தென்றும் கூறுவர்.

4

திருக்கோயில்களில் நவக்கிரகங்களில் ஒன்றாக இருப்பதோடு, தனியே பரிவார தேவதைகளிலும் ஒருவனாகச் சந்திரனை வைத்து வழிபடுவது வழக்கம். அவனுடைய திருவுருவத்தை அமைப்பதற்குரிய இலக்கணங்களை ஆகமங்கள் சொல்கின்றன. சந்திரனைத் தியானிப்பதற்குரிய சுலோகங்கள் சில உண்டு. அவற்றிலும் தண்கதிரவனுடைய உருவ வருணனையைக் காணலாம். சந்திர மூர்த்தியை, வீற்றிருக்கும் திருக்கோலத்திலும் வழிபடலாம்; நின்ற கோலத்திலும் திருவுருவமைத்துப் பூசிக்கலாம். சந்திரன் சிங்காதனத்தில் எழுந்தருளியிருப்பான். அவனுடைய நிறம் தூய வெண்மை. அவன் தலையைச் சுற்றி ஒளி வட்டமாகிய பிரபை திகழும். பல்வகை அணிகள் புனைந்தவன்.பன்னிற மலர் மாலையை அணிந்தவன். வெள்ளை ஆடை உடுத்திருப்பான். குமுதத்தை ஏந்திய இரண்டு திருக்கரங்களை உடை யவன். திருமார்பில் பொன்னூல் இழை திகழும். எழில் ஒழுகும் திருமுகமும் அமைதி தவழும் பார்வையும் உடையவன் தண்கதிரோன்.

சிற்ப ரத்தினம் என்ற நூல், சந்திரனைத் தேரில் அமர்ந்த கோலத்தில் காட்டுகிறது. பத்துக் குதிரைகள் பூட்டிய தேர் அது. சந்திர மூர்த்தியின் வலத்தே காந்தி என்னும் தேவியும், இடப் புறத்தே சோபை என்னும் தேவியும் வீற்றிருப்பர். திருத்தேரின் மேல் இடப் பக்கத்தில் சிங்கக் கொடி அசையும்.

பூர்வகாரண ஆகமம் சந்திரனுக்கு அருகே ரோகிணி வீற்றிருப்பதாகச் சொல்கிறது.

நவக்கிரக ஆராதனம் என்னும் நூல், சந்திரனை வழி படும் முறைகளை விரிவாகச் சொல்கிறது. அதில் உள்ள தியான சுலோகத்தினால் சந்திரனுடைய திருக்கோலம் புலனாகிறது. அக்கினி திக்கில் பத்துக் குதிரைகள் பூட்டிய தேரில் சந்திரன் எழுந்தருளியிருப்பான். அத்தேருக்கு இரண்டு சக்கரங்கள்.

சதுரமான பீடத்தில் கதாயுதத்தை ஏந்தி, அவன் வீற்றிருப்பான். தண்மை அவன் இயல்பு. வெண்மை அவன் வண்ணம். அவன் ஆடையும் வெள்ளியது. திருமுடி தரித் திருப்பான். அமுத மயமாக விளங்குபவன். கர்க்கடக ராசிக்கு அதிபதி. சூரியனுக்கு அக்கினி திசையில் இருப்பவன்.

சந்திரனுக்கு அதிதேவதை நீர்; பிரத்யதி தேவதை கௌரி.

ஸ்ரீ முத்துஸ்வாமி தீட்சிதர் சந்திர மூர்த்தியைப் பற்றிப் பாடிய கீர்த்தனத்தில், 'அவன் லோகபாலர்களால் துதிக்கப் பெறுபவன்; தாரையின் நாயகன்; நான்கு புஜங்களை உடையவன்; மன்மதனுக்குக் குடையாக இருப்பவன்; விராட புருஷனது மனத்தில் தோன்றியவன்; பிரம்மாவுக்கும் முருகனுக்கும் முகமாக இருப்பவன்' என்று சொல்கிறார்.

நவக்கிரக ஸ்தோத்திர சங்கிரகம் என்ற நூலில் சந்திரனுக்குரிய பெயர்கள் இருபத்தெட்டைப் பார்க்கலாம். அமுதத்தை உண்டாக்குவதால் அவனுக்குச் சுதாகரன் என்ற பெயர் உண்டாயிற்று. குமுத மலரை மலர்த்துவதால் குமுதப் பிரியன் என்ற நாமம் அமைந்தது. முயல் போன்ற கறையை உள்ளே உடைமையால் சசி, சசாங்கன், சசதரன் ஆகிய பெயர்கள் ஏற்பட்டன. அந்த முயலை மானென்றும் சொல்வதுண்டு. ரோகிணியின் நாயகனாதலால் ரோகிணீபதி என்றும், பனியை உண்டாக்குவதால் ஹிமகரன் என்றும், அந்தணர்களுக்குத் தலைமை பூண்பதால் த்விஜராஜன் என்றும், இரவைச் செய்வதால் நிசாகரன் என்று, அத்திரியினிடம் உதித்தமையால் ஆத்திரேயன் என்றும், மூலிகைகளுக்கு வளர்ச்சியைத் தருவதால் ஓஷதீசன் என்றும், கலைகளை உடைமையால் கலாநிதி என்றும், திருமகளோடு பாற்கடலில் உதித்தமையால் ரமாப்ராதா என்றும், நட்சத்திரங்களை மனைவியராகப் பெற்றமையால் நட்சத்திர நாயகன், உடுபதி என்றும் அவனுக்குப் பெயர்கள் வழங்குகின்றன.

சிவபெருமானுக்குரிய எட்டு மூர்த்தங்களில் சந்திரனும் ஒருவன்.

"அருநிலைய திங்க ளாய் ஞாயிறாகி"

என்று அப்பர் சுவாமிகள் பாடுகிறார். இறைவனுடைய திருமுடியிலே பாலசந்திரன் திகழ்கின்றான்.

"பிறைநுதல் வண்ணமாகின்று"

என்பது புறநானூறு. அவனுடைய இடை கண்ணாக விளங்குகிறான். அம்பிகை சந்திர மண்டலத்தினிடையே அமுதமயமாய் விளங்குகிறாள். அதனால் அப்பிராட்டிக்குச் சந்திர மண்டல மத்யகா என்ற திருநாமம் வழங்குகிறது.

சந்திர வம்சத்தில் உதித்தவர்கள் பாண்டிய மன்னர்கள். சந்திர மூர்த்திக்கு விருப்பமான மொழி தமிழ். அவனுக்குரிய உலோகம் ஈயம். அவனுடைய விருப்பத்துக்குரிய மணி முத்து. நெல் அவன் தானியம். வெள்ளை அல்லி அவன்மலர். அவன் விரும்பும் தின்பண்டம் முறுக்கு. இனிமையே உருவான அவனுக்கு உரிய சுவை இனிப்பு.

யோகிகள், இடைக் கலையாகிய மூச்சை சந்திர கலை என்பர். யோகத்தினால் மூலாதாரத்து அக்கினியை எழுப்பி, ஆறு ஆதாரமும் கடந்து, சந்திர மண்டலத்திலேயே தாக்கச் செய்து, அப்போது வரும் அமுதத்தைப் பருகினால் ஆனந்தம் உண்டாகும் என்பர்.

5

தமிழ் நூல்களில், மேலே சொன்ன செய்திகளில் சிலவற்றைக் காணலாம். சிலப்பதிகாரத்தை இளங்கோவடிகள் தொடங்கும் போதே,

"திங்களைப் போற்றுதும் திங்களைப் போற்றுதும்
கொங்கலர் தார்ச்சென்னி குளிர்வெண் குடைபோன்றிவ்
வங்கண் உலகளித்த லான் "

என்று திங்களைப் போற்றுகிறார். பூம்புகார் நகரில் சந்திரனுக் கென்று தனியே ஒரு கோயில் இருந்ததாம். அதை 'நிலாக்

கோட்டம் ' என்று ஆசிரியர் குறிக்கிறார். சந்திரனைத் தொழுது காண்பது தமிழர் வழக்கம். அதனால் அதைத் 'தொழுது காண்பிறை' என்று ஒரு புலவர் பாடுகிறார்.

அகப் பொருள் துறைகளில் ஒன்று, 'பிறை தொழு கென்றல்' என்ற பெயரோடு உள்ளது. ஒரு மங்கை நல்லாள் பிறர் அறியாதபடி ஒரு காதலனோடு அளவளாவுகிறாள். அவளுடைய தோழி, அவளுடைய வேறுபாட்டைக் கண்டு ஐயுறுகிறாள். அந்த ஐயத்தைப் போக்கிக் கொள்ள வேண்டி அந்த மங்கையைப் பார்த்து, "இதோ பிறை தோன்றியிருக்கிறது; இதைத் தொழுவது மகளிர் இயல்பு; இதை நீயும் தொழுவாயாக" என்று சொல்வாள். அதுவே பிறை தொழு கென்றல் என்னும் துறையாகும். கன்னி மகளிர் எருவைக் கையில் வைத்துத் தூவிப் பிறையைத் தொழுவார்கள். சந்திரன் பயிர்களுக்குத் தலைவனாகையால் பயிரை வளர்க்கும் எருவைக் கொண்டு, அவனைக் கும்பிடும் வழக்கம் ஏற்பட் டது. தோழியின் கூற்றைக் கேட்ட காதலி, பிறையைத் தொழ மாட்டாள். அவள் இப்போது ஒரு காதலனை அடைந்து விட் டாள். ஆதலால், வேறு தெய்வத்தை வழிபடுவது முறை யன்று. எனவே, தோழி, 'பிறையைத் தொழு' என்று சொன்ன வுடன் அந்தப் பெண் நாணம் அடைந்து, தலை குனிந்து, தொழாமல் நிற்பாள். அந்தக் குறிப்பைக் கொண்டு தோழி, அவள் தனக்குரிய காதலனைப் பெற்று விட்டாள் என்று உணர்ந்து கொள்வாள். கோவை என்னும் பிரபந்தத்தில், 'பிறை தொழுகென்றல்' என்ற துறைக்குரிய பாடல்கள் இருக்கின்றன. சந்திரனுடைய பெருமையைத் தோழி எடுத்துச் சொல்வதை அங்கே காணலாம்.

"மைவார் கருங்கண்ணி செங்கரம் கூப்பு; மறந்தும்மற்றப்
பொய்வா னவரிற் புகாதுதன் பொற்கழற் கேஅடியேன்
உய்வான் புகஒளிர் தில்லைநின் றோன்சடை மேலதொத்துச்
செவ்வான் அடைந்த பசுங்கதிர் வெள்ளைச் சிறுபிறைக்கே."

என்பது திருக்கோவையாரில் வரும் பாடல்.

சிறு குழந்தைகளுக்கு நிலாவைக் கண்டால் அளவற்ற களிப்பு. "அம்புலி மானே வா வா" என்று அழைப்பார்கள். "நிலா நிலா வா வா, நில்லாமல் ஓடி வா, மலை மேலே ஏறி வா" என்று தம் சிறு கைகளை ஆட்டி அழைப்பார்கள். அவ்வாறு அழைக்கும் பருவத்தை அம்புலிப் பருவம் என்று புலவர் சொல்வார்கள். பெரியாழ்வார், கண்ணபிரானோடு அம்புலியை விளையாட அழைக்கும் பாசுரங்கள் பத்து பாடி யிருக்கிறார்.

"தன்முகத்துச் சுட்டி தூங்கத் தூங்கத் தவழ்ந்துபோய்
பொன்முகக் கிண்கிணி யார்ப்பப் புழுது அளைகின்றான்
என்மகன் கோவிந்தன் கூத்தினை இளமா மதீ நின்முகன்
கண்ணுள வாகில் நீஇங்கே நோக்கிப்போ"

என்று அழைக்கிறார். பிள்ளைத் தமிழ் என்ற ஒரு வகைப் பிரபந்தங்களில் அம்புலிப் பருவம் என்றே ஒரு பகுதி உண்டு. அதில் சந்திரனுடைய பெருமைகளும் வரலாறுகளும் வரும். தெய்வங்களைப் பாடும் இசைப் பாட்டுக்களுக்குத் தேவ பாணி என்று பெயர். சந்திரனையும் தேவ பாணியால் பாடுவார்கள்.

"நலம்பெறு கொள்கை,
வானூர் மதியமும் பாடி"

என்று சிலப்பதிகாரத்தில் இந்தப் பாட்டைப் பற்றிய செய்தி வருகிறது. அங்கே உரையாசிரியர் சந்திரனைப் பாடிய தேவ பாணிக்கு ஓர் உதாரணம் காட்டுகிறார்.

"குரைகடல் மதிக்கும் மதலையைக் குறுமுயல் ஒளிக்கும் அரணினை
இரவிருள் அகற்றும் நிலவினை இறையவன் முடித்த அணியினை
கரியவன் மனத்தின் உதிதனை கயிரவம் மலர்த்தும் மகிணனை
பரவுநர் தமக்கு நினதிரு பதமலர் புக்க வினையையே"

'ஒலிக்கின்ற பாற்கடலைக் கடையும் போது தூணாக நின்றாய். குறிய முயல் ஒளிக்கின்ற பாதுகாப்பிடமாக இருக்கிறாய்.

இரவில் இருளை அகற்றும் நிலவை உடையாய். திருமாலின் மனத்தே உதித்தவன் நீ. குமுத மலரை மலர்த்தும் நாயகனாக உள்ளாய். நின் இரு பாத மலர்களையும் துதிப்ப வர்களுக்கு அவை பாவங்களை நீக்குவனவாகுக'' என்பது இதன் பொருள்.

காப்பியக் கவிஞர்கள் சந்திரனுடைய உதயத்தையும் மறைவையும் அழகாகப் பாடியிருக்கிறார்கள். சந்திரன் காதல் தெய்வம் என்று பாரதியார் சொல்கிறார். "ஸோம தேவன் புகழ்'' என்று ஒரு பாட்டை அவர் பாடியிருக்கிறார்.

"ஜய ஸோம ஜய ஸோம ஜய ஸோம தேவா "

என்று தொடங்குவது அந்தப் பாடல். 'வியனுலகில் ஆனந்த விண்ணிலவு பெய்தாய்' என்றும், 'மயல் கொண்ட காதலரை மண்மிசைக் காப்பாய்' என்றும் பாடுகிறார். நிலாவைக் கண்டு, உலகமே இன்பக் கொந்தளிப்பை அடைகிறது. கவிஞர்கள் பால் கவி வெறி மூள்கிறது.

6

ஓவியத்தில் சதுரமான பீடத்தின் மேல் அமைந்த ஆசனத்தில் சந்திர மூர்த்தி வீற்றிருக்கிறான். அந்தப் பீடம் உள்ள தேர், இரண்டு சக்கரங்களும் பத்துக் குதிரைகளும் உடையதாக இருக்கிறது. கையிலே வெள்ளை அல்லியை ஏந்தி, உடம்பெல்லாம் அணிகள் அணிந்து பொன்னிற மாலை வேய்ந்து, முடி புனைந்து விளங்குகின்றான் மதிக் கடவுள். தண்மையும் மென்மையும் அமைதியும் உருவாக விளங்கும் அவனுடைய திருமுக மண்டலத்துக்குப் பின் ஒளி வட்டம் ஒளிர்கிறது. வெண் குடை, இடத்தே ஓங்கி நிற்க, அதன் மேல் சிங்கக் கொடி பறக்கிறது. கர்க்கடக ராசிக்கு உடையவன் இவன் என்பதை அருகில் உள்ள நண்டு குறிக்கிறது.

சந்திரனை அடுத்து ரோகிணி இருக்கிறாள். அவள் அருகே உள்ள நட்சத்திரம் அவள் நட்சத்திர மங்கை என்று காட்டுகிறது. சந்திரனின் அதிதேவதையாகிய நீர், இங்கே நீர்

மகளாக நீர்ப் பரப்பின் மேல் தோற்றுகிறாள். அவனது இடப் புறத்தே பிரத்தியதி தேவதையாகிய கௌரி, குழற் கோலம் திகழ வீற்றிருக்கிறாள். பின்னே மேரு மலை நிழல் போலத் தோன்றுகிறது. சந்திரன் நிசாகரன் ஆதலின் இரவின் கருமையையே நிலைக் களமாக வைத்து, ஓவியர் இதைத் தீட்டியிருக்கிறார். முகிற்கணம் சிதறிய வானத்தையும் அந்த நிலைக் களத்திலே காண்கிறோம்.

எல்லாம் எழில் உருவாக அமைய, இடையே அமுத எழில் பொங்க, அருளொழுகும் கண்ணும் சாந்தம் மலரும் முகமும் உடைய வெண்மதித் தேவன் வீற்றிருப்பது இனிய காட்சி.

தண்ணென் நிலவால் சராசரத்துக் கின்புதவிக்
கண்ணெகிழும் பூங்குவளை கட்டவிழ்த்து - விண்ணவர்கள்
ஆரமுதம் உண்ண அருளோ டொளிபரப்பிச்
சீருறுவான் திங்கட்புத் தேள்

அங்காரகன்

மங்களன், குஜன், செவ்வாய் முதலிய பெயர்களை உடைய அங்காரகன், நவக்கிரக மண்டலத்தில் மூன்றாவதாக வருகிறான். சூரியனுக்குத் தெற்கே இவனை ஆவாகனம் பண்ணிப் பூஜிப்பது மரபு. திருமேனியும் உடை, மாலை முதலியனவும் நல்ல சிவப்பாக இருத்தலின் செவ்வாய் என்ற பெயர் தமிழில் வழங்குகிறது. செம்மீன் என்றும் சொல்வதுண்டு.

"முந்நீர் நாப்பண் திமிற்சுடர் போலச்
செம்மீன் இமைக்கும் மாக விசும்பின்"

என்பது புறநானூறு.

பூமி தேவியினால் வளர்க்கப் பெற்றவனாதலின் அங்காரகனை நில மகளின் சேயாகக் கூறுவர். குஜன் என்ற பெயர் அதனால் அமைந்ததே. தராசுதன், பௌமன் என்பனவும் அந்தக் காரணத்தால் ஏற்பட்ட பெயர்களே.

உமாதேவி, இறைவனை நீங்கியிருந்த காலத்தில் சிவ பெருமான் யோகத்தில் இருந்தார். அப்போது அவருடைய நெற்றிக் கண்ணில் வேர்வை உண்டாகிப் பூமியில் விழுந்து, அதிலிருந்து மங்களன் குழந்தை வடிவாகத் தோற்றினான். அக்குழந்தையை நிலமகள் வளர்த்தாள். அவன் தவம் செய்யலானான். அத்தவத்தின் மிகுதியினால் அவன் உடம்பில் யோகாக்கினி கொழுந்து விட்டு எரிந்தது. அத்தவத்தின் பயனாகக் கிரக பதவியை அடைந்தனன்.

மற்றொரு வரலாறு வருமாறு: பாரத்துவாச முனிவர்பால் தோன்றிய கருவிலிருந்து மங்களன் குழந்தை உருவாகி

வந்தான். அவனைப் பூமி தேவி வளர்த்து வந்தாள். உரிய பருவத்தில் பாரத்துவாச முனிவரிடத்தில் அனுப்பிக் கலை களைப் பயிலச் செய்தாள். அம்முனிவர் அங்காரகனிடத்தில் அன்பு பூண்டு, பல கலைகளையும் கற்பித்தார். கலை நிரம்பிய பின் அவன் தவம் செய்யலானான். அந்தத் தவத்தின் பயனாக ஒன்பது கிரகங்களில் ஒன்றாகும் சிறப்பை அடைந் தான்.

வீரபத்திரரே அழகுத் திருவுருவம் பூண்டு, மங்களனாக விளங்குகிறார் என்பது ஒரு வரலாறு. தக்கன் செய்த யாகத்தை வீரபத்திரப் பெருமான் சங்காரம் செய்து, அந்த வீறு குன்றாமல் மேலும் தம் பராக்கிரமத்தைக் காட்டலானார். அதனால் உலகங்களெல்லாம் நடுங்கின. அது கண்ட தேவர்கள் அஞ்சி, அப்பெருமானைப் பணிந்து வேண்டினர். இவர்கள்பால் இரங்கிய வீரபத்திரர், தம்முடைய பயங்கர உருவத்தை மாற்றிக் கொண்டு கவின் பெறும் திருவுருவத்தோடு அங்காரகனாகத் தோற்றினார். இவ்வரலாறு மச்ச புராணத்தில் உள்ளது.

வீரபத்திருடைய அம்சமாதலின் வீரபத்திரருக்குச் செவ்வாய்க் கிழமை விரதம் சிறந்ததாயிற்று. சித்திரை மாதம், முதல் செவ்வாயில் வீரபத்திர மூர்த்தியை வழிபட்டு விரதம் இருப்பது மரபு.

பரித்திடுசெவ் வாய்விரதம் திறல்வீர
பத்திரற்குப் பகுத்த நோன்பு
தெரித்தவரன் முறைநோற்றார் இருநிலத்துப்
பெருநிதியச் செல்வ ராகி
விரித்தபெருங் கிளைகளொடும் மக்களொடும்
நலம்நுகர்ந்து மிகுநாள் வைகிப்
புரித்தபெருஞ் சடைப்பெருமான் திருக்கயிலை
புகுந்துகதி புகுது வாரால்

என்று செவ்வாய்க் கிழமை விரதத்தைப் பற்றி உபதேச காண்டம் சொல்கிறது.

2

அங்காரகனுடைய திருமேனி ரத்தம் போலச் சிவந்தது. அவன் செவ்வாடையன். செம்மலர் மாலை புனைபவன். நான்கு திருக்கரங்களை உடையவன். இடத் திருக் கரங்களில் கதையும் சூலமும் திகழும்.

அங்காரகனுக்கு மேஷ வாகனம் என்று பல நூல்கள் சொல்கின்றன. சிங்காதனத்தில் வீற்றிருப்பதாகச் சொல்வதும் உண்டு. எட்டுக் குதிரைகள் பூட்டிய பொற்றேரில் எழுந்தருளும் திருக்கோலம் உடையான் என்றும் ஒரு நூலால் அறிகிறோம்.

ஸ்ரீ முத்துசாமி தீட்சிதரவர்கள், "அங்காரகம் ஆச்ரயாமி" என்று தொடங்கும் கீர்த்தனத்தைச் சுருட்டி ராகத்தில் பாடியிருக்கிறார். அது அங்காரகன் பெருமையைச் சொல்வது. 'அங்காரகன் தன்னை வணங்குபவர்களுடைய விருப்பங்களை நிறைவேற்றுபவன். மங்கள வாரத்துக்கு அதிபதி. நில மகளின் சேய். மேஷ ராசிக்கும் விருச்சிக ராசிக்கும் உரியவன். செவ்வண்ண மேனியன். செவ்வாடையும் செந்நிற மாலையும் புனைபவன். சக்தி, சூலம் என்னும் படைகளை ஏந்துபவன். மங்கலத் திருவுருவுடையவன். சங்கனைய திருக்கழுத்தினன். நலத்தைச் செய்பவன். ஆட்டை ஊர்தியாக உடையவன். மகர ராசியில் உச்சத்தை அடைபவன். தேவரும் தான வரும் பணிகின்ற சிறப்புடையவன். புன்னகை பூத்த திருமுகத்தினன். வழிபடுவோருக்கு நிலம் அருள்பவன். சகோதர காரகன். செங்கண்ணை உடையவன். அநாதைகளைப் பாதுகாப்பவன். வைத்தீசுவரன் கோயில் என்னும் தலத்தைத் தனக்குரிய க்ஷேத்திரமாகப் பெற்றவன். முருகனுடைய கடைக்கண் பார்வைக்கு உரியவன். சூரியன், சந்திரன், குரு என்பவர்களுக்கு நண்பன். புகழ் பெற்ற மனையாட்டியைப் பெற்றவன். முழங்காலில் கையை வைத்துக் கொண்டிருப் பவன். 'நான்கு கைகளை உடையவன்' என்ற செய்திகளை அக்கீர்த்தனத்தில் காணலாம்.

புள்ளிருக்கு வேளூரில் அங்காரகனுக்குத் தனிச் சந்நிதி இருக்கிறது. ஒவ்வொரு செவ்வாய்க் கிழமையிலும் பலர் அம்மூர்த்திக்கு அர்ச்சனை முதலியன செய்து வழிபடுவர். அதனால்தான் முத்துசாமி தீட்சிதர், "வைத்தீசுவரன் கோயில் என்னும் தலத்தைத் தனக்குரிய க்ஷேத்திரமாகப் பெற்றவன்'" என்று பாடினார்.

அங்காரகனை வழிபடுதனால் வெட்டுக் காயம், புண் முதலியவற்றால் உண்டாகும் துன்பம் தீருமென்றும், பூமி முதலிய செல்வம் பல்குமென்றும் கூறுவார்கள்.

3

நவக்கிரகங்களை வழிபடும் முறைகளைச் சொல்லும் வடமொழி நூல் ஒன்றில் மேலே காணும் செய்திகளோடு வேறு சில செய்திகளும் உள்ளன.

அங்காரகனுக்குச் சிவப்புக் குடை உண்டு. அவனுடைய கொடி மேஷக் கொடி. திருமுடி தரித்திருப்பான். தன் பத்தினியோடு எழுந்தருளியிருப்பான். முக்கோண மண்டலத்தில் வீற்றிருப்பான். அவனுடைய நாடு அவந்தி. பாரத்து வாசர் மரபைத் தன் கோத்திரமாக உடையவன்.

அங்காரகன் மேனியும் உடை முதலியனவும் செவ் வண்ணம் உடையவை. தெய்வீக ரதத்தில் அமர்ந்து, மேருவை வலம் வருவான்.

அவனுக்குச் செஞ்சந்தனமும் செங்கொடியும் உரியவை.

அங்காரகனுக்கு அதிதேவதை ப்ருத்வி; பிரத்யதி தேவதை க்ஷேத்திர பாலகன். இவர்கள் முறையே அவனுக்கு வலத்தும் இடத்தும் இருப்பவர்கள்.

முத்துக்களில் செந்நீரோட்டம் உடைய வகை ஒன்று உண்டு. அதற்கு அங்காரகன் என்ற பெயர் வழங்கும்.

சந்திர குருவே அங்கா ரகன்என
வந்த நீர்மைய வட்டத் தொகுதியும்

என்று சிலப்பதிகாரத்தில் இந்த முத்தைப் பற்றிய செய்தி வருகிறது. அங்கே அங்காரகன் என்பதற்கு, 'செந்நீர் முத்து' என்று அடியார்க்கு நல்லார் உரை எழுதுகிறார்.

செவ்வாயை ஆண் கிரகமென்றும் க்ஷத்திரிய குல மென்றும் சொல்வது ஒரு மரபு. செம்பாகிய உலோகமும் பவளமாகிய ரத்தினமும் துவரையாகிய தானியமும் அங்காரகனுக்கு விருப்பமானவை. செண்பக மலரும் கருங்காலியும் துவர்ப்புச் சுவையும் அவனுக்கு உரியவை. அவனுக்கு அன்ன வாகனம் உண்டு.

செவ்வாய்க் கிரகப் பிரீதி செய்கிறவர்கள் த்ரிஷ்டுப் சந்தஸில் அமைந்த அவனுடைய மந்திரத்தை ஜபிப்பார்கள். துவரையையும் பவளத்தையும் செப்புப் பாத்திரத்தையும் தானம் செய்வார்கள்.

சிவபெருமானுடைய நுதுற்கண் வேர்வையிலே தோற்றின வரலாற்றை எண்ணி, அங்காரகனிடம் முருகனுடைய அம்சம் இருப்பதாகக் கொண்டு, செவ்வாயன்று முருகனை வழிபடுவதும் சிலருடைய வழக்கம். முருகனுக்கும் அங்காரகனுக்கும் சில வகை ஒப்புமை இருப்பதும் இந்தக் கொள்கையுடையவர்களுக்கும் ஆதாரமாக அமைகிறது. சிவந்த மேனி, சிவந்த ஆடை, சிவபெருமான் நுதற்கண்ணில் உதித்தல், ஆட்டை வாகனமாகக் கொள்ளுதல், சக்தியை ஆயுதமாக ஏற்றல் முதலியவை முருகனுக்கும் அங்காரகனுக்கும் உள்ள ஒற்றுமைகள்.

அங்காரகனுக்குரிய திருநாமங்கள் பல. அவன் செவ்வண்ண மேனியை நினைப்பூட்டுபவை. லோகிதாங்கன், ரக்தாய தேக்ஷணன், ரக்தவர்ணன் என்னும் பெயர்கள். அவன் வேலேந்துவதனால் சக்திதரன் என்ற பெயர் அமைந்தது. அழகுத் திருவுருவமுடைமையால் குமாரன் என்றும், பெரிய திருமேனி படைத்தமையால் மகாகாயன் என்றும், மங்கல

உருவனாதலின் மங்கலனென்றும், செல்வத்தைத் தருதலின் தனப்ரதன் என்றும், பொற் குண்டலம் அணிந்தமையால் ஹேம குண்டலி என்றும் பெயர் பெற்றான். குணஹர்த்தா, ரோகக்ருத், ரோகநாசனன், வித்யுத்ப்ரபன், வ்ரணகரன், காமதன், தனஹ்ருத், ஸாமகான ப்ரியன், ரக்த வஸ்த்ரன், க்ரக நாயகன், ஸர்வ கர்மாவ போதகன், ரக்தமால்யதரன் ஆகிய நாமங்களும் அங்காரகனுடைய பல வகை இயல்புகளைக் குறித்து நிற்கின்றன.

பழங்காலத்தில் ரோமர்கள் செவ்வாயைப் போர்க் கடவுளாகக் கொண்டாடினர். தங்களுடைய குல முதல்வன் என்று பாராட்டினர். அவனுக்கு அங்கங்கே கோயில்கள் இருந்தன. மார்ஸ் என்ற பெயர் ரோமில் செவ்வாய்க்கு வழங்கப்படுகிறது.

4

செம்மேனிப் பெருமானாகிய அங்காரகன் மேஷ வாகனத்தின் மேல் முக்கோணப் பீடத்தில் எழுந்தருளியிருக்கும் கோலத்தில் ஓவியம் அமைந்திருக்கிறது. மூன்று திருக்கரங்களிலும் சக்தி, சூலம், கதை என்னும் ஆயதங்களைத் தாங்கி, ஒரு கரத்தால் அபயம் தருகிறான் அங்காரகன். அவனுக்குரிய ராசிகளை ஓர் ஓரத்தில் உள்ள ஆடும் தேளும் காட்டுகின்றன. பின்னால் மேரு மலை இருக்கிறது. செவ்வாய் மலையை வலம் வரும் செய்தியை இது நினைப்பூட்டுகிறது. முழங்காலின் மேல் ஒரு கையை வைத்திருக்கும் குஜனுடைய கண்கள் சிவப்பாக இருக்கின்றன.

திருமுடியில் செம்மணிகள் முன்னே தோன்றுகின்றன. அவன் திருச்செவியில் இடப் பக்கத்தே அதிதேவதையாகிய நிலமகள் இருக்கிறாள். பிருத்வி என்பதையே இத்திருவுருவம் காட்டுகிறது. க்ஷேத்ர பாலன் செவ்வாய்க் கிரகத்தின் பிரத்தியதி தேவதை. வலப் பக்கத்தில் உலகையாளும் மன்னனைப் போல் அத்தேவதையைக் காணலாம். அவன்

பயிரையும் பசுவையும் பாதுகாக்கிறவன் என்பதை அத் திருவுருவத்திலிருந்தே தெரிந்து கொள்ளலாம்.

செங்கண்ணன் செம்மேனிச் செல்வன்செம் மாலையினான்
அங்கையில்வேல் சூலம் அடற்கதைகொள் மங்கலத்தான்
மோதுந் தகரேறும் மூர்த்தி நிலமகட்குக்
காதற்சேய் அங்கா ரகன்

புதன்

அறிவில் சிறந்தவர்களைப் புதனுக்கு ஒப்பிடுவது வழக்கம். புதனைப் பூசித்தால் வித்தைகள் எளிதில் வரும் என்று சொல்வார்கள்.

இந்தப் புதன், சந்திரனுக்கும் தாரைக்கும் மகவாய் உதித்தவன். குருவின் மனைவியாகிய தாரை, சில காலம் சந்திரனுடன் இருந்து கருவுற்றாள். பின் குருவின்பால் சென்ற போது புதன் உதித்தான். அவன் யாருடைய குழந்தை என்பது பற்றிய ஐயம் நேரவே, தாரை சந்திரனுடைய குழந்தை என்று சொல்லித் தெளிவுறுத்தினாள். புதன் அறிவில் சிறந்தவனாக விளங்கினான்.

இளன் என்னும் அரசன் சுகுமார வனம் என்னும் இடத்துக்கு வேட்டையாடச் சென்றான். அம்பிகையின் சாபத்தால் அந்த வனத்துக்குள் செல்லும் மக்களும் விலங்குகளும் பெண்ணுருவை அடைவர். இளன் என்றும் அரசனும் அவனுடன் வந்தோரும் மகளிராயினர். இளன் இளை ஆனான்.

அங்கே வந்த புதன், "இந்த அழகி யார்?'' என்று கவனித்தான்.

கம்பெ னுங்கிரீ வக்குயில் அழகினைக் காணா
அம்ப ரத்தினிற் சசிசுதன் அனங்கசா யகத்தால்
வெம்பு நெஞ்சன்இம் மின்னிடை எவள்என உள்கி
நம்ப னால்இறை நாரிஆ யினசெயல் அறிந்தான்

அதன் பின் இளையுடன் இருந்த அரிவையரைப் பார்த்து, "நீங்கள் கிம்புருடர்களைக் கணவராகப் பெற்று இன்புறுக'' என்று கூறி, அவர்களை அனுப்பி விட்டு, இளையுடன் இன்புறலானான்.

இளை, அம்பிகையின் வரத்தால் ஒரு மாதம் ஆணாகவும், ஒரு மாதம் பெண்ணாகவும் மாறி மாறி வாழ்ந்தாள். பெண்ணாக இருக்கும்போது புதனோடு இணைந்து வாழ்ந்தாள். அதனால் கருவுற்றுப் புரூரவா என்ற மகனைப் பெற்றாள்.

இளன் ஆணாகவும் பெண்ணாகவும் மாறி மாறி வாழ்வதை மாற்ற எண்ணிய புதன், முனிவர்களை அழைத்து, அவர்களுடைய துணையால் அசுவமேத யாகத்தைச் செய்வித்தான். அப்போது சிவபெருமான் தோன்றி, இளனை, 'இனி எப்போதுமே ஆடவனாக இருப்பாயாக!" என்று அருள் செய்தார்.

இளன் தன் நாட்டுக்குச் சென்ற பிறகு தனக்கும் இளைக்கும் பிறந்த மகனாகிய புரூரவாவைப் புதன் வளர்த்து வந்தான். பின்பு அவனைப் பிரதிஷ்டானபுரி என்ற இடத்துக்கு மன்னனாக்கி மகிழ்ந்தான். இவ்வாறு சந்திரனுடைய குலம் மேன்மேலும் வளர்வதாயிற்று.

புதனுடைய வரலாற்றைப் பாரதமும் பாகவதமும் கூறுகின்றன. சந்திர குலத்தில் பிறந்தவர்கள் பாண்டவர்கள். ஆதலின் அந்தக் குல வரலாற்றைச் சொல்லும் போது சந்திரனுடைய மகனாகிய புதனைப் பற்றிய செய்திகளும் வருகின்றன.

தாரைக்கும் சந்திரனுக்கும் உதித்தவன் புதன் என்பதை யாவரும் அறியப் பிரமதேவன் அறிவித்து, அவனைச் சூரியனுக்கு அருகில் உறையும்படி பணித்தான். புதன் அவ்வாறே இருந்து, சூரியனைப் போலவே மேருவை வலம் வந்தான்.

தாரா தேவி சந்திரற்குப் பயந்தேன் என்ற தனயனைத்தான் ஏரார்
பிரமன் இரவியுடன் ஒருவாது அமர்வாய் என்றகலச் சீரார்
குணமிக்(கு) எழுந்தபுதன் சிறந்தே வயங்கும் கோள்களுக்கு
நேராய் உயர்ந்த வடவரையை நித்தம் வலமாய் வரும் நாளில்

என்பது ஐயங்கார் பாகவதம்.

புதன் சிவபிரானை நோக்கித் தவம் செய்து, ஒன்பது கிரகங்களில் ஒன்றாக விளங்கும் பேறு பெற்றனன். அவன் பிரதிஷ்டை செய்த லிங்கம் ஒன்று காசியில் இருக்கிறது.

தான் செய்த அத்தவத்தால் ரிக் வேதத்தின் ஐந்தாவது காண்டத்தின் அதிகாரியானான் புதன் என்று கூறுவர்.

2

புதனுக்குக் கிரகபதி என்றும் ஒரு பெயர் உண்டு. அவன் சிங்க வாகனம் உடையவன். மஞ்சள் நிற மலர் மாலை வேய்ந்தவன். பொன்னணி பல பூண்டவன். பொன்னிற மேனிப் பொலிவினன். கோங்கு மலரைப் போன்ற நிறம் உடையவன். மஞ்சள் நிற ஆடை புனைந்தவன்.

அவனுக்குக் கரங்கள் நான்கு. வலக் கரம் ஒன்றில் வரதமும் மற்றக் கரங்களில் வாளும் கேடகமும் கதையும் ஏந்துபவன். விஷ்ணு தர்மோத்தரம், புதன் விஷ்ணுவைப் போலத் தோற்றுவான் என்றும் கூறுகிறது.

ஸ்ரீ முத்துசாமி தீட்சிதர், தாம் இயற்றிய கீர்த்தனையில் புலப்படுத்தும் புத பகவான், தேவர்களால் துதிக்கப் பெறுபவன்; சந்திரனுக்கும் தாரைக்கும் திருமகன்; புலவர் தெரிந்து போற்றும் பிரான்; அந்தணரால் உவகை பெறுபவன்; சீரும் செல்வமும் வழங்குவோன்; குஜனுக்குப் பகைவன்; மணி பதித்த திருமுடியினன்; மணி மாலை, மணி வலயம், மணிக் காப்பு இவற்றை அணிந்தவன்; மிதுன ராசிக்கும் கன்னியா ராசிக்கும் தலைவன்; புத்தகத்தைக் கையில் கொண்டவன்; ஆணும் பெண்ணும் அல்லாத உருவினன்; அடியவர் போற்றும் புகழினன்; சிவனடியார் நலங்களை விரும்புபவன்; எப்போதும் ஆனந்தத்துடன் இருப்பவன்.

அவனைப் பக்தியுடன் பாடினாலும் அவன் மந்திரத்தை ஜபித்தாலும் மிக இனிய கவிதை பாடும் வன்மை உண்டாகும்

என்பார்கள்.

புதனுடைய மந்திரம், திருஷ்டுப் சந்தத்தை உடையது; அதன் ரிஷி நாராயண ரிஷி; அவன் மேற்கு முகமாக வீற்றிருப்பவன். அவனுடைய கையில் வாளும் பரிசையும் கதையும் வரதமும் நிலவும். அவன் வீற்றிருக்கும் மண்டலம் அம்பு வடிவானது.

அவனுக்கு மஞ்சள் சந்தனம் உரியது. மஞ்சள் நிறக் குடையும் கொடியும் அவனுடைய அங்கங்கள். அக் கொடி யில் சிங்க உருவம் இருக்கும். சிங்க வாகனம் உடைய வனாயினும் தேரிலும் எழுந்தருள்வான்.

நவக்கிரக மண்டலத்தில் சூரியனுக்கு வடகிழக்கே அமர்பவன் புதன். அவனுக்கு வலப் பக்கத்தில் அவனுடைய அதி தேவதையாகிய விஷ்ணு, தன் பரிவாரங்களுடனும் மனைவி மக்களுடனும் எழுந்தருளியிருப்பான். புதனுடைய பிரத்தியதி தேவதை நாராயணன். இவன் இரண்டு திருக்கரங் களுடன் திகழ்வான். பிருகு முனிவர் நாராயணனுடைய சாந்த இயல்பைச் சோதிக்கும் பொருட்டு, அவனைத் தம் வலக் காலால் உதைத்தார். அதனால் சிறிதும் சினம் கொள்ளாமல் அப்பெருமான், "தேவரீர் திருவடி நோகுமே" என்று வருடினானாம். பிருகு முனிவருடைய வலத் திருவடியின் சுவடு நாராயணனுடைய இடத் தோள் அருகில் இருக்கும்.

புதனுடைய திருநாமங்களிலிருந்து அவனுடைய இயல்புகள் பலவற்றை உணரலாம். அறிவில் சிறந்தவனாதலால் புத்திமதாம் சிரேஷ்டன், புதன், ஞானி, ஞானி நாயகன் முதலிய பெயர்களைப் பெற்றான். அறிவை வழங்குவதனால் புத்திதாதா என்ற நாமமும், அறிவை வளர்ப்பதனால் புத்தி விவர்த்தனன் என்ற பெயரும் அவனுக்கு அமைந்தன. பொருள் முதலியவற்றை வழங்குவதனால் தனப்ரதன், தயாகரன், தார புத்ர தான்ய பசுப்ரதன் என்ற பெயர்களுக்கு உரியவனானான். அழகுடையவன் என்பதைக் கஞ்சநேத்ரன், மனோகரன், ஸௌம்ய மூர்த்தி ஆகிய பெயர்கள் புலப்படுத்தும். விஷ்ணுவைப் போன்ற திருவுருவம்

உடையவனாதலால் விஷ்ணு ரூபி என்ற பெயரும் உண்டு. அவனுக்கு நட்சத்திரேசன் என்ற பெயரும் லோக ப்ரியன் என்ற பெயரும் இருத்தலால் அவனுடைய பெருமை விளங்கும். மற்றக் கிரகங்களால் வரும் பீடையை நீக்கும் திறமை அவனுக்கு இருக்கிறது. அதனால் க்ரக பீடாஹரன் என்று பெயர்.

புதனுக்குப் பச்சை நிறமும் சொல்வர். அவன் நெடியவன்; உவப்பான உலோகம் பித்தளை; தானியம் பச்சைப் பயறு; மலர் வெண் காந்தள்; சமித்து நாயுருவி; சுவை உவர்ப்பு; குதிரை வாகனமும் உண்டு.

3

வண்ண ஓவியத்தில் விளங்கும் புதன் பொன்னிற மேனியோடு மஞ்சள் ஆடை புனைந்து, சிங்க வாகனம் ஏறி. வாளும் பரிசையும் கதையும் வரதமும் திருக்கரங்களில் ஏந்தி அழகு பொலிய வீற்றிருக்கிறான். அவனுடைய கொடியில் சிங்கம் இருக்கிறது. மேருவை வலம் செய்யும் குறிப்பைப் பின்னே தோன்றும் அதன் உருவம் தெரிவிக்கிறது.

வலப் புறத்தில் மேலே அதிதேவதையாகிய விஷ்ணு சங்கு சக்ர கதாதாரியாகத் திருமகளுடன் நிற்கிறார். இடப் பக்கத்தில் பிருகு முனிவருடைய அடிச் சுவடு மார்பில் தோன்ற இரண்டு திருக்கரங்களுடன் நாராயணனாகிய பிரத்தியதி தேவதை வீற்றிருக்கிறார்.

கீழே கன்னி ஒருத்தியின் உருவமும் ஆணும் பெண்ணுமாகிய இரட்டை உருவமும் கன்னியா ராசிக்கும் மிதுன ராசிக்கும் தலைவன் புதன் என்பதை நினைப்பூட்டுகின்றன. பச்சைப் பசேலென்ற நிலைக் களத்தில் புதன் அறிவின் உருவாகவும் அழகின் உருவாகவும் திகழ்கிறான். சந்திரன் உள்ளங்கவர் அழகனாக இருப்பது போலவே இவனும் அழகனாகக் காட்சி தருகிறான். சந்திரனுடைய மகன்தானே இவன்?

புந்திவலி சேரப் புரிவான்பொன் மேனியினான்
சந்திரன்சேய் வாள்பரிசை தாங்குகதை - உந்துகையான்
வெம்புசிங்க ஊர்தியான் மேனாள் இளைதழுவும்
அம்புதன்என் றோதும் அவன்.

பிருகஸ்பதி

பிருகஸ்பதி என்ற திருநாமத்தைச் சொன்னாலே அறிவிலே சிறந்தவன் என்ற எண்ணந்தான் யாவருக்கும் உண்டாகும். நவக்கிரகங்களில் ஒன்றான குருவை வியாழனென்றும் பிருகஸ்பதி என்றும் கூறுவார்கள். தேவர்களுக்கெல்லாம் குருவாக விளங்குகிறவர் அவர். பிரம தேவனுடைய மானச புத்திரர்களில் ஒருவராகிய ஆங்கீரச முனிவருக்கும் சிரத்தா தேவிக்கும் புதல்வராக உதித்தவர் வியாழ பகவான். அவருடைய மனைவி தாரை. சகோதரன் உதத்தியன். சகோதரி யோக சித்தி. அவருக்கு மமதை என்பவளிடம் தோன்றியவர் பாரத்துவாசர். பரீட்சித்தின் குமாரனாகிய ஜனமேஜயன் பாம்புகளை எல்லாம் அழிக்கும் பொருட்டு ஒரு சர்ப்ப யாகம் செய்தான். அதை நிறுத்தும்படி செய்தவர் குரு.

ஒருசமயம் இந்திரன் தெய்வத்தின் திருவருளை நினைந்து பக்தியில் ஆழ்ந்து, தான் செய்ய வேண்டியவற்றைச் செய்யா திருந்தான். தேவர்களுக்கு அரசனாகிய அவன் வாளா இருந்தமையால் தேவர்களின் வாழ்க்கையில் இடர்ப்பாடு மல்கியது. அவர்கள்தங்களுடைய குருவாகிய பிருகஸ்பதியிடம் முறையிட்டுக் கொண்டனர். அப்போது இந்திரனுடைய மனத்தை மாற்ற வேறு வழி ஒன்றும் இன்றி, உலகாயத மதத்தை அவனுக்கு உபதேசித்தனர். உண்டு, உடுத்து, மகளிருடன் இன்புற்று வாழ்வதே முடிந்த முடிபு என்று சான்று காட்டி வற்புறுத்தினார். அதனைக் கேட்ட இந்திரன் மனம் மாறி, தெய்வ சிந்தனை நீங்கினான். அப்படியே விட்டு விட்டால் இழுக்கு நேரும் என்று கண்ட தேவ குரு அவனுக்கு மெல்லக் கடவுள் உணர்வை ஏற்றினார்.

ஒரு முறை அவர் நீராடச் சென்றிருந்தார். நீர் தெளிவின்றி இருந்தது. ஆதலின் அதில் ஆட மனம் இல்லாதவராக அந்த நீரைச் சபிக்கத் தொடங்கினார். 'இனி தவளை, மீன் முதலியவற்றால் நீர் கலக்கம் அடைக'' என்று சாபம் கொடுத்தார்.

குருவினுடைய குமாரனாகிய கசன் சுக்கிரனிடம் மாணவனாகப் புகுந்து, சஞ்சீவினி என்னும் வித்தையைத் தெரிந்து கொண்டான்.

அங்கிராவின்புத்திரராகையால் ஆங்கீரஸர் என்ற பெயரும் குருவுக்கு வழங்கும். அவர் காசிக்குச் சென்று அங்கே ஒரு லிங்கத்தை நிறுவி, பதினாயிரம் தேவ ஆண்டுகள் பூசித்து, தவம் செய்தார். சிவபெருமான் அவர் தவத்துக்கு உவந்து அவர் முன்னே எழுந்தருளி, ''அரிய தவத்தைச் செய்து உன் மனத்தை இந்த லிங்கத் தியானத்தில் நிறுத்தியமையால் உன்னை ஜீவன் என்று உலகத்தார் வழங்குவர். உன்னுடைய குணங்களாலும் நம்முடைய திருவருளாலும் நீ இந்திரனுக்குக் குருவாக விளங்குவாயாக!'' என்று வரம் கொடுத்தார்.

மன்பெருங் குணங்களை உடைய ஆற்றினும்
என்பெருங் கருணைஇன்(று) இயைந்த தானும்நீ
பொன்பயில் இருவிசும்(பு) அளிக்கும் புங்கவற்கு
அன்புடைக் குரவனே ஆதி ஈண்டெனா

இறைவன் அருளியதாகக் காசி காண்டம் என்ற நூல் கூறுகிறது.

2

பிருகஸ்பதி பொன் வண்ண மேனியினர். நான்கு திருக்கரங்களை உடையவர். கமண்டலம், அட்சமாலை, யோக தண்டம், அபயம் என்பவற்றை அந்தக் கரங்களிலே காணலாம்.

விஷ்ணு தர்மோத்தரம் என்னும் நூலில் பிருகஸ்பதி இரண்டு கரமுடையார் என்ற செய்தி உள்ளது. அவற்றில் புத்தகமும்

அட்ச மாலையும் ஏந்திக் கொண்டிருப்பார் என்று அந்த நூல் கூறும். பலவகை அணிகளையும் பொன்னிற ஆடைகளையும் புனைந்தவர்.

அவர் சாந்த மூர்த்தி; சதுரமான பீடத்தில் இருப்பவர்; தினர்; பொன்னிறச் சந்தனம் பூசுபவர்; பொன்னிற மலர், கிழக்கு நோக்கி இருப்பவர்; முடியுடையவர்; பொன்னிறத் துவசம், பொற்றேர் உடையவர்; மேருவை வலம் செய்பவர். பொன் மாலை, பொன்னாடை, பொற்குடை, பொன்னிறத் தனுர் ராசிக்கும் மீன ராசிக்கும் தலைவர். தம்முடைய பத்தினியோடும் புத்திரர்களோடும் எழுந்தருளியிருப்பவர். இவருக்கு அன்ன வாகனமென்று ஒரு நூலும், யானை வாகன மென்று ஒரு நூலும் சொல்கின்றன.

இவருடைய வழிபாட்டுக்கு உகந்த தானியம் கடலை; மணி புஷ்ப ராகம்; மலர் முல்லை; சமித்து அரசு; சுவை இனிப்பு; இவர் தம்மை வழிபடுகிறவர்களுக்கு வாக்கை அருள்பவர்; மகப் பேற்றை வழங்குபவர்; ஈசான்ய திசை இவருக்குரியது.

குருவின் அதிதேவதை பிரமன்; பிரத்யதி தேவதை இந்திரன்.

தேவ குரு, ஸுராசார்யர், குரு என்ற திருநாமங்கள், இவருடைய உபதேசத்தால் இந்திரனும் தேவர்களும் நன்மை பெறுவதைக் குறிப்பிக்கின்றன. வாகீசர் என்பது ஒரு திருநாமம். பீதாம்பரர், யுவர் என்பவை இவருடைய பொன் னாடையினாலும் இளமைத் தோற்றத்தாலும் வந்த பெயர்கள். த்ரிலோகேசர், லோக பூஜ்யர், கிரகாதீசர் என்பவை இவ ருடைய தலைமையை வெளிப்படுத்தும். கருணை நிரம்பியவ ராதலின் தயாகரர் என்ற பெயர் வந்தது. இன்னும் நீதிஜ்ஞர், நீதிகாரகர், தாராபதி, கிரகபீடாபஹாரகர், ஸௌம்ய மூர்த்தி முதலிய பெயர்களும் உண்டு.

முத்துசாமி தீட்சிதரவர்கள் தம் கீர்த்தனையில் குருவைப் பிராம்மண குலத்தில் உதித்தவர் என்று பாராட்டுகிறார். மிக்க வலிமை உள்ளவர். ஸர்வ வியாபகர். வாக்குக்கு அதிபதி. இந்திரன் முதலியவர்களுடைய வழிபாட்டுக்கு உரியவர்.

திருமால் முதலியவர்களால் புகழ் பெறுபவர் என்று போற்றுகிறார். இவர் திருக்கரத்தில் வச்சிராயுதம் இருப்பதாகச் சொல்கிறார். தம்பால் வந்து பணிந்தவருக்குக் கற்பகம் போல் வேண்டியவற்றை அருளுகிறவர் பிருகஸ்பதி. ஏழைக்கு இரங்குபவர்; பரை, பைசந்தி, மத்திமை, வைகரி என்ற நால்வகை வாக்குக்களின் உருவை விளக்குகிறவர்; கருணைக் கடல்; தூயவர்; நீதி சாஸ்திர ஆசிரியர்; களங்கமற்றவர்.

பிருகஸ்பதி இயற்றிய நீதி நூல் ஒன்று உண்டென்று கூறுவர். திருக்குறளுக்கு உரை வகுத்த பரிமேலழகர் ஓரிடத்தில், "தேவர்க்கும் அசுரர்க்கும் அமைச்சுப் பூண்ட வியாழ வெள்ளிகளது துணிபு தொகுத்துப் பின் நீதி நூலுடையார் கூறியவாறு கூறுகின்றமையின்'' என்று எழுதுகிறார். அதிலிருந்து சுக்கிர நீதி என்ற நூல் இருப்பது போல், பிருகஸ்பதி யின் பெயராலும் ஒரு நீதி நூல் வழங்கியிருக்கலாமென்று தெரிகிறது.

3

இந்தப் புத்தகத்தில் காட்சி அளிக்கும் பிருகஸ்பதி தூய்மைக்கும் அறிவுக்கும் உறைவிடமாக விளங்குகிறார்.

குடை, முடி, சதுரமான பீடமுள்ள தேர், அதில் இரண்டு குதிரைகள் ஆகியவை அவருடைய தலைமைக்கு அடையாளங்கள். சாந்தமான பார்வை, உடம்பில் அணிந்த ருத்திராட்ச மாலைகள், கையில் பிடித்த ஜப மாலை, ஞான முத்திரை காட்டும் கரம், ஒரு கையில் உள்ள யோக தண்டம், மற்றொன்றில் உள்ள கமண்டலம் ஆகியவை அவருடைய ஞானச் சிறப்பைக் காட்டுகின்றன. அவருக்கு அருகில் தாரை வீற்றிருக்கிறாள். அவளுடைய உருவம் சிறியதாக இருப்பது பிருகஸ்பதி முன் காமம் சிறுமையாவதைக் காட்டுகிறது. பின்னே மேரு மலையின் தோற்றத்தைக் காணலாம்.

வலப் பக்கத்தில் அதிதேவதையாகிய பிரமதேவன் அமர்ந்திருக்கிறான். மூன்று முகங்கள் முன் தோன்ற மற்றொன்று பின்னே மறைந்திருக்க அவன் காட்சி

அளிக்கிறான். இடப் புறத்தில் பிரத்யதி தேவதையாகிய இந்திரன் தன் அரச நிலைக்கு ஏற்ற வகையில் யானையுடனும் ஆசனத்துடனும் விளங்குகிறான்.

நான்கு சக்கரங்கள் கொண்ட ரதத்தில் நாற்கோண பீடத்தில் எழுந்தருளியிருக்கிறார் வியாழ பகவான். ஓரத்தில் காணும் வில்லும் மீனும் அவர்தனுர் ராசிக்கும் மீன ராசிக்கும் அதிபதி என்பதைப் புலப்படுத்துகின்றது.

வாசவனார் போற்றுகுரு வாக்குக் கொருதலைவன்
தேசறுபொன் போன்ற திருமெய்யான் - மாசில்அக்க
மாலைதண்டம் குண்டிகைசின் முத்திரைகை வைத்தகுண
சீலன் வியாழனென்று தேர்

சுக்கிரன்

கொடிய அவுணர் நிருதர்தொழும் குரவன் பெயர்சுக் கிரனாகும் படவெவ் வரவம் மருங்கசைத்துப் பரவைத் திரையின் உருத்தெழுந்த விடமுண் டிருண்ட கண்டன்அருள் மிருதசஞ் சீவி னிஎன்னும் ஒடிவில் விஞ்சை இனிதுணர்ந்த உரவோன் ஈங்கு வைகினனால்

பிருகு முனிவருடைய திருமகனாக உதித்தவன் பார்க்கவன். அவன் காசி நகரம் சென்று அங்கே லிங்கம் ஒன்றை நிறுவிப் பூசித்தான். இறைவன் காட்சி கொடுக்காததனால் மிக வருத்தம் அடைந்து, புலன்களை அடக்கித் தவம் புரியத் தொடங்கினான். ஆயிரம் ஆண்டுகள் கடுந்தவம் செய்வதை அறிந்த சிவபெருமான் அவன் முன் எழுந்தருளி, "நீ செய்த தவத்துக்கு உள்ளம் மகிழ்ந்தோம்" என்று சொல்லி மிருத சஞ்சீவினி என்ற மந்திரத்தை உபதேசம் செய்தார். அம் மந்திரத்தைக் கூறினால் இறந்தவர்கள் உயிர் பெற்று எழுவார்கள்.

நிற்பனவும் நடப்பனவுமாகிய பொருள்கள் நிறைந்த மூன்று உலகங்களையும் தாம் தாமே ஆட்சி புரிய வேண்டு மென்று தேவர்களும் அசுரர்களும் கூறி, ஒருவரை ஒருவர் பகைத்தனர். அப்போது அமரர், தாம் வெல்ல வேண்டும் என்ற நினைவினால் பிருகஸ்பதியைத் தங்களுக்குக் குருவாகக் கொண்டு, வேள்விகளைப் புரியத் தொடங்கினர். அசுரர்கள் யாவரும் சேர்ந்து பிருகு முனிவர் புத்திரனாகிய சுக்கிரனைத் தம் குருவாகக் கொண்டனர்.

அமரருக்கும் அவுணருக்கும் போர் மூண்டது. அமரரால் போரில் உயிரிழந்த அவுணர்களைச் சுக்கிரன் மிருத சஞ்சீவினி

மந்திரத்தால் உயிர்ப்பித்தான். அதனால் அசுரர்கள் உயிர் பெற்று மீண்டும் தேவர்களோடு பொருதனர்.

ஒரு சமயம் அந்தகாசுரன் என்பவன் தேவர்களோடு அமர் செய்தான். அமரர் அசுரர்களைக் கொன்று குவித்தனர். அது கண்ட அந்தகாசுரன் சுக்கிராசாரியனிடம் சென்று, "தேவரீர் வந்து காப்பாற்றா விட்டால் நாங்கள் பிழைப்பது அரிது" என்று முறையிடவே, சுக்கிரன் அவ்வாறே போர்க் களம் சென்று மிருத சஞ்சீவினி மந்திரத்தால் இறந்த அசுரர்களை எழுப்பினான். மீண்டும் போர் கடுமையாக நடைபெற்றது. இதைக் கண்ட தேவர்கள் வெருவி, நந்தியிடம் முறையிட்டுக் கொண்டார்கள். நந்தி தேவர் சிவபெருமானிடம் சென்று, "எம்பெருமானே, தேவரீர் அருளிய மந்திரத்தைக் கொண்டு பார்க்கவன் இறந்த அசுரர்களை எல்லாம் எழுப்பி விடுகிறான். அதனால் தேவர்களுக்கு வலிமை குறைகிறது. அவர்கள் இனி உய்வது அரிது'' என்று கூறினான். சிவபிரான் உடனே சுக்கிரனை அழைத்து வரச் செய்து, அவனை விழுங்கி, தன் திருவயிற்றிலேயே இருக்கும்படிச் செய்தருளினார். அப்பால் அந்தகாசுரனுக்கும் தேவர்களுக்கும் பெரும் போர் நிகழ்ந்தது. இறைவன் திருவயிற்றில் இருந்தபடியே சுக்கிரன் யாவற்றையும் பார்த்துக் கொண்டிருந்தான். இறைவன் அருளால் அந்தகாசுரன் அழிந்தான்.

சிவபெருமான் திருவயிற்றில் இருந்த அசுர குரு அங்கே ஆயிரம் ஆண்டு யோகத்தில் இருந்தான். அதன் பின் இறைவன் அருள் கூர்ந்து அவனை வெளியே வரச் செய்தார். அப்படி வெளிவரும் போது அவன் தூய வெண்ணிறத்தோடு வந்தமையால் அவனுக்குச் சுக்கிரன் என்னும் பெயர் உண்டாயிற்று. இறைவன் திருவயிற்றில் பல காலம் இருந்தமையால் அவனை யாவரும் வழிபட்டுப் போற்றத் தொடங்கினர்.

2

தேவர்களுக்கும் அசுரர்களுக்கும் போர் மூண்ட பொழுதெல்லாம் இறந்த அசுரர்களை மிருத சஞ்சீவினி மந்திரத்தால் எழுப்பி வந்தான் சுக்கிரன்.

தேவ குருவாகிய பிருகஸ்பதிக்கு அந்த மந்திரம் தெரியாமையால் இறந்த தேவர்களை அவரால் எழுப்ப இயல வில்லை. அசுரர்கட்சி வர வர வலிமையுற்றது. இதற்கு என்ன செய்யலாம் என்று அமரர் யோசித்தனர். பிருகஸ்பதியின் புதல்வனாகிய கசனை அணுகி, "நீ சுக்கிரனிடம் சென்று அவனுடைய திருமகளாகிய தேவயானியின் உள்ளம் உவக்கும்படி நடந்து வந்தால் மிருத சஞ்சீவினி மந்திரத்தை நீ அவனிடமிருந்து பெறலாம்" என்று சொல்லி அனுப்பினர்.

அவன் சுக்கிரனிடம் மாணவனாகச் சேர்ந்தான். தேவயானிக்கு வேண்டிய மலர் முதலிய பொருள்களைக் கொடுத்து, அவள் உள்ளத்தைக் கவர்ந்தான். கசன், தம் பகைவர் கட்சியிலிருந்து வந்தவன் என்று கண்டு அசுரர்கள் அவனைக் கொன்றனர். சுக்கிராச்சாரியன் அவனைச் சஞ்சீவினி மந்திரத்தால் எழுப்பினான். இப்படி இரு முறை நடை பெற்றது. மூன்றாவது முறையாக அவுணர்கள் கசனைக் கொன்று கொளுத்தி மாவாய்ப் பொடி செய்து மதுவோடு கலந்து தம் ஆசிரியனுக்குக் கொடுத்தார்கள். உண்மையை அறியாது அசுர குரு அதைக் குடித்து விட்டான். மாடுகளை மேய்த்துக் கொண்டு மாலையில் கசன் வீடு திரும்புவது வழக்கம். அவன் வராமையால் கலக்கம் அடைந்த தேவயானி தன் தந்தையிடம் விஷயத்தைக் கூறினாள். சுக்கிரன் மந்திரத்தைச் சொல்லவே அவன் வயிற்றிலே பொடியாகச் சென்றிருந்த கசன் அங்கேயே உயிர் பெற்றான். கசனை வெளிப்படுத்த வேண்டுமானால் தான் மாள வேண்டும் என்பதை அறிந்த சுக்கிரன், வயிற்றிலிருந்த அவனுக்கு அங்கிருந்தபடியே கற்றுக் கொள்ளும்படி சஞ்சீவினி மந்திரத்தை உபதேசித்தான். அதைப் பெற்ற கசன் சுக்கிரனது வயிற்றைப் பிளந்து கொண்டு வெளியில் வந்தான். அதனால் சுக்கிரன் இறந்தான்.

வெளிப்பட்ட கசன், மந்திர பலத்தால் சுக்கிரனை எழுப்பினான். கசன், திரும்பித் தன் தந்தையாகிய பிருகஸ்பதியை அடைந்து தான் கற்ற மந்திரத்தை அவருக்குச் சொல்லிக் கொடுத்தான்.

அசுரர்களுக்கு அரசனாகிய விருஷபர்வா என்பவனுக்குச் சர்மிஷ்டை என்ற பெண் இருந்தாள். அவள் சுக்கிரன் மகளாகிய தேவயானியை அவமதித்தாள். அது கேட்ட சுக்கிரன், அசுரர்கள் தன் மாணாக்கனை மும்முறை கொன்ற பழைய கொடுமையையும், இப்போது தன் மகளைச் சர்மிஷ்டை அவமதித்ததையும் நினைந்து, "இனி நான் உன்னிடம் இருக்க மாட்டேன்" என்று அவுணர் மன்னனிடம் கூறினான். அதன் காரணத்தை உணர்ந்த விருஷபர்வா, "தேவரீர் என்ன பரிகாரம் செய்யச் சொன்னாலும் செய்கிறேன்" என்றான். தேவயானியின் விருப்பப்படிசுக்கிரன், "உன் மகளாகிய சர்மிஷ்டை என் மகள் தேவயானிக்கு ஏவல் புரிபவளாக இருக்க வேண்டும். தேவயானி தன் கணவன் வீட்டுக்குப் போகும் போதும் அவளுடன் சர்மிஷ்டை செல்ல வேண்டும்" என்று கூறினான். அவுணர் தலைவன் அதற்கு உடம்பட்டுச் சர்மிஷ்டையையும் இன்னும் ஆயிரம் மகளிரையும் தேவயானிக்கு ஏவலாட்டியராக அனுப்பினான்.

தேவயானி, யயாதி என்னும் மன்னனை மணந்தாள். அவளுடன் சர்மிஷ்டையும் அவளுடன் இருந்த ஆயிரம் மகளிரும் சென்றனர். சில காலம் சென்ற பின் யயாதி சர்மிஷ்டையைக் காதலித்தான். தேவயானியைப் புறக்கணித்தான். அதை அறிந்த சுக்கிரன், "நீ மூப்பை அடைவாயாக" என்று யயாதியைச் சபித்தான். பிறகு அவன் பணிந்து வேண்ட, "உன் மூப்பை யாரேனும் தன் இளமையைக் கொடுத்து மாற்றிக் கொள்ள முன் வந்தால் அவனுக்குக் கொடுக்கலாம்" என்று அருள் செய்தான்.

3

ஞான வாசிட்டம் என்ற நூல் ஓரிடத்தில் சுக்கிரனுடைய வரலாற்றைக் கூறுகிறது. முதலில் பிருகு புத்திரனாகப் பிறந்து, அவ்வுடலை எடுத்து விட்டு வேறு உடலை எடுத்து, விசுவாசி என்ற தெய்வப் பெண்ணை விரும்பி, மீண்டும் தேசார்ணவம் என்ற நாட்டில் ஒரு வேதியனாகப் பிறந்தான். அப்பால் கோசல நாட்டுக்குத் தலைவனாகவும் வேடனாகவும் அன்னமாகவும் உருவெடுத்தான். பௌண்டர நாட்டின் தலைவனாகவும் சூரிய வம்ச குருவாகவும் வித்தியாதர அரசனாகவும் விளங்கினான். மறுபடியும் வேதியனாகி வேடனாகிச் சைவாசாரியனாகித் திரிந்தான். மீட்டும் மூங்கிற் காட்டில் மானாய், மலைப் பாம்பாய்த் தோன்றி, இறுதியில் கங்கைக் கரையில் ஒரு வேதியனாகப் பிறந்து வாழ்ந்து வந்தான். அப்போது பிருகு முனிவரும் காலனும் அவனைக் கண்டு, அவனுடைய நிலையை உணர்ந்து, அருள் புரிந்து, முன்னைப் பிறப்பை உணரும் உணர்வையும் ஞானத்தையும் வழங்கினர். காலனுடைய ஆணையால் அவன் அசுர குருவானான்.

அசுரர்களின் வேண்டுகோளின்படி சுக்கிரன் சிவ பிரானை நோக்கிச் சில காலம் தவம் செய்தான். அப்போது இந்திரன் சயந்தி என்னும் அழகிய அணங்கை அவன்பால் அனுப்பித் தன் அழகு, ஆடல் முதலியவற்றினால் அவனை மயங்கச் செய்தான். அவள் அப்படியே சுக்கிரனை மயக்க, அவன் தவம் கலைந்து, அவளோடு அளவளாவினான். யாருடைய கண்ணுக்கும் புலப்படாமல் தனியிடம் ஒன்றில் பத்து ஆண்டுகள் அவளுடன் இன்புற்றிருந்தான். அப்போது தேவ குருவான பிருகஸ்பதி சுக்கிரனுடைய உருவத்தை எடுத்துக் கொண்டு, அசுரரிடம் சென்று, அவர்களுடன் இருந்து, அவர்களைத் தம் விருப்பப்படியே செயல் செய்யச் செய்தார். சுக்கிரன் இன்ப மயக்கத்தில் இருந்து விடுபட்டு, அசுர லோகம் சென்று பார்க்கையில் வியாழ பகவான் தன் உருவோடு இருத்தலைக் கண்டான். "நான் அல்லவா உண்மையான

சுக்கிரன்" என்று கூறி வாதிட, அவுணர்கள் சுக்கிரனுடைய கூற்றை நம்பவில்லை.

பிறகு தேவர்களுக்கும் அசுரர்களுக்கும் போர் மூண்டது. அசுரர்களுக்குத் தோல்வி உண்டாகும்படி செய்து, வியாழ பகவான் மீட்டும் அமரருடன் சேர்ந்து கொண்டார். அப்போதுதான் அசுரர்களுக்கு உண்மை விளங்கியது. சுக்கிரனை அடைந்து, தாங்கள் செய்த பிழையைப் பொறுத்து மீட்டும் தங்களுக்கு ஆசிரியராக இருந்து அருள் செய்ய வேண்டுமென்று வேண்டிக் கொண்டனர். அப்படி வேண்டுகையில் தம்முடன் பிரகலாதனையும் அழைத்துக் கொண்டு சென்றார்கள். அவனை முன்னிட்டுக் கொண்டு சென்று சுக்கிரனை வேண்டவே, பார்க்கவன் அவர்கள் வேண்டுகோளை ஏற்று, பழையபடி அவுணரின் குலகுருவாக இருந்து அவர்களுக்கு உதவி புரியலானான்.

மகாபலி சக்கரவர்த்தி சுக்கிரனுடைய உபதேசத்தால் நல்ல வலிமை பெற்று, அசுவமேத யாகம் செய்தான். அவனுடைய ஆற்றலை அழிக்க வேண்டுமென்று அமரர் திருமாலிடம் வந்து முறையிட்டுக் கொண்டார்கள். திருமால் காசியபருக்குப் பிள்ளையாக வாமன உருவத்தோடு பிறந்து, பலிச் சக்கரவர்த்தியிடம் சென்றான். யாகத்தில் அந்தணர்களுக்குரிய தானங்களை வழங்குவது மரபாதலின் பலி வாமனனிடம், “உனக்கு என்ன வேண்டும்?" என்று கேட்டான்.

“எனக்கு என் காலால் மூன்று அடி மண் வேண்டும்" என்றான் வாமனன்.

மகாபலி, “அப்படியே தருகிறேன்” என்று சொன்ன போது, அவனுடைய குலகுருவாகிய சுக்கிரன், “இவனை நீ மற்ற அந்தணர்கள் மாதிரி எண்ணாதே. உன்னிடமிருந்து வானுலகத்தைக் கைப்பற்றி இந்திரனுக்கு அதனை வழங்கும் பொருட்டுத் திருமால் வந்திருக்கிறான்” என்று அறிவுறுத்தினான்.

“நான் சொன்ன சொல்லை மாற்ற மாட்டேன். கொடுப்பதை விலக்குவதைக் காட்டிலும் இழிந்த செயல் வேறு இல்லை. தேவரீர் எங்களுக்குக் குருவாக இருந்தாலும் இந்த நிலையில் தங்கள் வார்த்தையைக் கேளேன்" என்று சொல்லிய மகாபலி, கமண்டலத்திலிருந்த நீரை எடுத்து வாமனர் கரத்தில் வார்த்தான். அப்போதும் சுக்கிரன் வண்டாக உருவெடுத்து அந்தக் கமண்டலத்திலிருந்து நீர் வரும்துவாரத்தை அடைத்துக் கொண்டான். அதை அறிந்த திருமால் ஒரு தருப்பைப் புல்லை எடுத்து, அந்தத் துவாரத்தைக் குத்தவே, அது சுக்கிரனுடைய கண் ஒன்றைக் குத்தியது. சுக்கிரன் அது முதல் ஒற்றைக் கண்ணை உடையவனானான்.

சுக்கிரனைப் பற்றி வேறு பல கதைகளும் உண்டு. அவன் தன் இயல்பு அழிந்து, ஓர் அரக்கியைச் சேர்ந்து பல அரக்கர்களைப் பெற்றான் என்பது ஒரு வரலாறு. குபன் என்பவனால் மார்பு பிளப்புண்ட ததீசி முனிவரை மிருத சஞ்சீவினி மந்திரத்தால் உயிர் பெறச் செய்து, சிவ பூசை செய்யும்படி ஏவினானாம். விபுதையென்னும் ஒருத்தியோடு இன்புற்று அவளிடம் கயமுகாசுரன் தோன்றும்படி செய்தான். அவன் தன் தாதையாகிய சுக்கிரனை வணங்கவே, தவம் செய்து, வலிமை பெறும்படி உபதேசம் செய்தான்.

தண்டன் என்ற அசுரனிடம் சுக்கிரன் புரோகிதனாக இருந்தான். அப்போது சுக்கிரனுடைய குமாரியாகிய அரசை என்பவளை விரும்பி அவ்வசுரன் தீங்கு புரிந்தான். அதனை அறிந்த வெள்ளி, “அசுரனது நாடு காடாகுக" என்று சபித்தான்.

சுக்கிரனுக்கு நான்கு குமாரர்கள்; தேவயானி, அரசை என்று இரண்டு பெண்கள்.

இவன் ஒரு நீதி சாஸ்திரத்தை வழங்கினான். வட மொழியில், 'சுக்கிர நீதி' என்ற பெயருடன் உள்ள நூலே அது என்று கூறுவர்.

4

சுக்கிரனுக்குக் கரங்கள் நான்கு. அவற்றில் கமண்டலமும் அட்ச மாலையும் தண்டமும் வரதக் குறிப்பும் தாங்கியிருப்பான். விஷ்ணு தர்மோத்தரம் என்ற நூலில் அவனுக்கு இரண்டு கரங்களே சொல்லப் பெறுகின்றன. அவற்றில் நிதியும் புத்தகமும் வைத்திருப்பதாக அந்நூல் கூறுகிறது.

அவன் வெண்ணிறத்தான். வெள்ளாடையினன். வெள்ளித் தேர் உடையான். எட்டுக் குதிரைகளைப் பூண்ட தேர் அன அவன் தேரைப் பத்து குதிரைகள் இழுப்பதாகவும் சொல்வதுண்டு.

நவக்கிரகங்களை வழிபடும் முறைகளைச் சொல்லும் வடமொழி நூல் ஒன்றில் இன்ன இன்ன மந்திரங்களைக் கூறி இன்னவாறு சுக்கிரனைப் பூசிக்க வேண்டும் என்ற செய்திகள் வருகின்றன.

வெண்ணிறம் பெற்ற திருமேனியும் நாற்கரமும் திருமுடியும் உடையவன் சுக்கிரன். பஞ்ச கோணமான பீடத்தையுடைய தேரை உடையவன். வெண் சந்தனம், வெண் மலர், வெண்மணி மாலை, வெள்ளாடை, வெண் குடை, வெண்ணிறக் கொடி ஆகியவற்றை உடையவன். மேருவை வலம் வருபவன்.

பத்மாசனம் உடையவன். கிழக்கு நோக்கி அமர்ந்திருப்பவன். சடைமுடியும் மரவுரியும் தரித்தவன். கிரக மண்டலத்தில் சூரியனுக்குக் கிழக்கே பஞ்ச கோண மண்டலத்தில் வைத்துப் பூசிப்பதற்கு உரியவன்.

சுக்கிரனுடைய மந்திரத்துக்கு உரிய முனிவர் பாரத் துவாஜர்; சந்தம் த்ரிஷ்டுப். சுக்கிரனுக்கு அதிதேவதை இந்திராணி. பிரத்தியதி தேவதை இந்திர மருத்துவன். இவர்கள் தத்தமக்குரிய அங்கங் களுடன் விளங்குவார்கள்.

ஆனந்தமயமாக இருப்பதனால் சுக்கிரனுக்கு உசநன் என்ற பெயரும் உண்டு. பிருகுவினுடைய புத்திரனாதலால் பார்க்கவன் என்ற பெயரைப் பெற்றான். கவிகளில் சிறந்தவனாதலால் கவி என்றும் காவியன் என்றும் பெயர் பெற்றான். வெண் சுடர் வீசும் திருமேனியுடையவனாதலின் ஹிமாபன், குந்த தவளன், சுப்ராம்சு என்ற திருநாமங்களுக்கு உரியவன் ஆனான். வெள்ளாடையனாதலின் சுக்லாம்பரதரன் என்றும், வெள்ளி அணிதலால் சுக்ல பூஷணனென்றும் பெயர் பெற்றான். ஸுதீ, ஆத்மவித், வேத வேதாங்க பாரகன், மஹாமதி என்பவை அவனுடைய அறிவுத் திறத்தை விளக்குபவை. நீதிஜ்ஞன், நீதிக்ருத், நீதிமார்க்ககாமி என்பன அவனுக்கும் நீதிக்கும் உள்ள தொடர்பைப் புலப்படுத்தும் நாமங்கள். கிரகாதிபன் என்ற பெயரும் அவனுக்கு உண்டு. பிரபு என்றும் கருணாசிந்து என்றும் அவனுக்குச் சில திருநாமங்கள் வழங்கும். தைத்ய மந்திரி, தைத்ய குரு என்பன அவனுடைய பதவியினால் வந்த பெயர்கள்.

சுக்கிரன் அக்கினி திக்குக்கு அதிபதி என்று சிலரும், கிழக்குத் திசைக்குத் தலைவன் என்று சிலரும் கூறுவர். அவனுக்குக் கருட வாகனம் இருப்பதாகவும் சொல்வர். அவன் களத்திரகாரகன். மழை பெய்விக்க உதவுபவன். ஆதலின் மழைக் கோள் என்ற பெயருக்கு உரியவனானான். அப்பு என்னும் பூதத்துக்கு அதிபதியாகச் சொல்வதும் உண்டு. அவனுக்கு இனிய சுவை தித்திப்பு; மணி வைரம்; தானியம் மொச்சை; மலர் வெண்டாமரை; சமித்து அத்தி; நிறம் வெண்மை.

நவக்கிரகத்தின் துதியாக உள்ள கீர்த்தனங்கள் ஒன்றில் சொல்கிறார். திருமாலால் அநுக்கிரகிக்கப் பெற்ற ஒரு முத்துசாமி தீட்சிதரவர்கள் சுக்கிரனுடைய பிரபாவங்களைச் கண்ணைஉடையவன்; முடியணிந்தவன்; இருபது ஆண்டுகளை உடைய தசையைப் பெற்றவன்; பண்டிதன்; களத்திர பாவத்திற்கு அதிபதி; சூரியனுக்கும் பிருகஸ்பதிக்கும் பகைஞன்; ராஜ்யத்தைக் கொடுப்பவன்; எல்லாத் தத்துவங்களையும் அறிந்தவன்; விருஷப துலா ராசிகளுக்கு

அதிபதி; அசுரர் களுக்கு நன்மையை உபதேசிப்பவன் என்றும் பிறவாறும் அவனைப் போற்றுகிறார்.

'சுக்கிர தசை அடிக்கிறது' என்பது தமிழில் பழமொழியாக வழங்குகிறது. அதிலிருந்து சுக்கிரன் நல்ல பலனை அருள்வான் என்ற நம்பிக்கை மக்கள் உள்ளத்தில் இருப்பது புலனாகிறது.

5

இந்தப் புத்தகத்தில் உள்ள மூவண்ண ஓவியத்தில் சுக்கிரன் சாந்த மூர்த்தியாகக் காட்சி அளிக்கிறான். வெண் திருமேனியும் வெண் குடையும் உடையவனாக விளங்குகிறான். சடையும் முடியும் நாற்கரங்களும் அந்தக் கரங்களில் அட்சமாலையும், வரதம், கமண்டலம், தண்டம் என்பனவும் உள்ளன. ஒரு கண் சற்றே மங்கியிருத்தல் வாமனாவதாரக் கதையை நினைப்பூட்டுகிறது. அவனுடைய தேர் ஐந்து கோணங்களை உடையதாகவும், எட்டுக் குதிரைகளைப் பூண்டதாகவும் இருக்கிறது. வலப் பக்கத்தில் மேக மண்டலத்தில் வீற்றிருக்கும் கோலத்தில் இருக்கும் மங்கை அதி தேவதையாகிய இந்திராணி. இடப் புறத்தில் மேகத்திடையே தோன்றுபவன் பிரத்தியதி தேவதையாகிய இந்திர மருத்துவன். கீழே மூலையிலுள்ள தராசும் விடையும் சுக்கிரன் துலா ராசிக்கும் இடப ராசிக்கும் உரியவன் என்பதைக் குறிக்கின்றன.

பின்னாலே மேரு மலையின் ஒரு பகுதி தோன்றுகிறது. மேருவை வலம் வருபவன் சுக்கிரன்.

வல்லவுணர் தம்குரவன் மாய்ந்தார் உயிர்பெறவே சொல்லுமனு வைஅறிவான்; சுக்கிரன் என்-றெல்லவரும் சாற்றும் பெரியான்; சடைமுடியான் மாரிக்கோள்; போற்றுவெள்ளி என்றே புகல்

சனி பகவான்

முனிவர்கள் தேவர் ஏனை மூர்த்திகள் முதலா னோர்கள்
மனிதர்கள் சகல வாழ்வுன் மகிமையல் லால்வே றுண்டோ?
கனிவுள தெய்வம் நீயே கதிர்சேயே, காகம் ஏறும் சனியனே
உனைத்து தித்தேன்; தமியனேற் கருள்செய் வாயே"

(நவக்கிரகத் தோத்திரம்)

திருக்கோயில்களில் நவக்கிரகங்களைத் தனியே ஓரிடத்தில் வைத்துப் பூசிக்கிறார்கள். அந்தத் தொகுதியில் இருப்பதோடு சூரியனுக்கும் சந்திரனுக்கும் தனித் தனியே இடங்கள் உண்டு. அவை இருக்கும் இடத்தை யாரும் கவனிப்பதில்லை. ஆனால், சனி பகவானுக்குத் தனியே சந்நிதி இருப்பதை அங்கே கூட்டமாக வழிபடும் மக்களைக் கொண்டு தெரிந்து கொள்ளலாம். சனி பகவானால் உண்டாகும் துன்பங்களினின்றும் நீங்க வேண்டும் என்ற ஆவல் மனிதர்களுக்கு மிகுதியாக இருப்பதுதான் காரணம்.

சூரியன் துவஷ்டாவின் பெண்ணாகிய ஸஞ்ஞிகை என்பவளை மணம் செய்து கொண்டான். அவர்களுக்கு வைவச்சுத மனு, யமன், யமுனை என்னும் மூவரும் சேய்களாகப் பிறந்தனர். அதன்பின் ஸஞ்ஞிகை சூரியனுடைய வெப்பத்தை ஆற்ற மாட்டாதவளாகித் தன் தந்தை வீட்டுக்குப் போக எண்ணினாள். சூரியனுக்குத் தெரியாமல் செல்ல வேண்டுமெனத் துணிந்து தன்னுடைய நிழலையே ஒரு பெண்ணாகச் செய்து அவளை அங்கே விட்டு விட்டுத் தந்தை யிடம் சென்று விட்டாள். அவளுடைய நிழலில் தோன்றிய வளுக்குச் சாயா தேவி என்ற பெயர் அமைந்தது. சஞ்ஞிகையின் விருப்பப்படியே சாயா தேவி, தான் வேறு

ஒருத்தி என்பதைத் தெரிவிக்காமலே சூரியனோடு வாழ்ந்தாள். சூரியனும் அவளைச் சஞ்ஞிகை என்றே எண்ணி அளவளாவி வந்தான்.

சாயா தேவி சாவர்ணீ என்ற மனுவையும், சனி பகவானையும், பத்திரை என்னும் பெண்ணையும் ஈன்றாள். சஞ்ஞிகையின் குழந்தைகளிடம் விருப்பில்லாமலும் தன் சேய்களிடம் விருப்புடையவளாகவும் இருந்தாள் சாயா தேவி. யமன் இதனால் கோபமுற்று அவளை உதைக்கப் போகையில், "உன்கால் முறியட்டும்" என்று அவள் சாபமிட்டாள். இந்தச் செய்தியை யமனால் சூரியன் உணர்ந்தான். பிறகு சாயா தேவியை இன்னாரென்று அறிந்து சஞ்ஞிகையைத் தேடிச் சென்று, தவம் புரிந்து கொண்டிருந்த அவளை மீண்டும் அடைந்தான்.

சூரியனுக்கும் சாயா தேவிக்கும் புதல்வனாகத் தோன்றிய சனி பகவான் காசிக்குச் சென்று, தன் பெயரினால் ஒரு லிங்கத்தை நிறுவிப் பூசை செய்து வழிபட்டான். அதன் பயனாகக் கிரகப் பதவியை அடைந்து வாழலானான்.

சனியினுடைய பீடனத்தால் துன்புற்றவர்கள் கதை பல. நளன் சனியின் தொடர்பால் மிகவும் துன்புற்று, அப்பால் அவன் தன்னை நீங்க இன்பம் அடைந்தான்.

சனி பகவானுக்கு ஒரு கால் சற்றே சிறுத்திருத்தலின் மெல்ல நடப்பான். அதனால் சனைச்சரன் என்ற பெயர் வந்தது. யமன் அவன் காலைத் தன் தண்டத்தால் அடித்தமையால் அவ்வாறு ஆயிற்று. இவனுக்குக் குளிகன் என்ற பிள்ளை ஒருவன் உண்டு.

ஆகமங்களில் சனியினுடைய உருவம், உடை முதலியவற்றைப் பற்றிய செய்திகள் வருகின்றன. இவன் கரு நிறத்தான் என்றும், கரிய ஆடையுடையவன் என்றும், குறிய உடம்பினன் என்றும், ஒரு கால் முடவனென்றும், இரு கரம் உடையான் என்றும், வலக் கரத்தில் தண்டமும் இடக் கரத்தில் வரதக் குறிப்பும் உடையவன் என்றும், பத்ம பீடத்தில் வீற்றிருப்பவனென்றும் ஓர் ஆகமம் கூறுகிறது. விஷ்ணு

தர்மோத்தரம் அவன் கரங்களில் தண்டமும் அட்ச மாலையும் உள்ளன என்றும், எட்டுக் குதிரைகள் பூட்டிய இரும்பு ரதத்தில் பவனி வருபவன் என்றும் தெரிவிக்கிறது.

இவனுக்கு உரியனவாக இரு வகை உண்டு. ஒன்று வேத மந்திரம். அதற்கு ரிஷி இளி மிளி. அந்த மந்திரம் உஷ்ணிக் என்னும் சந்தத்தில் அமைந்தது. மற்றொரு மந்திரத்துக்கு உரியவர் மித்ர ரிஷி. அது காயத்ரீ சந்தஸை உடையது.

2

சனி பகவான் வில்லைப் போன்ற ஆசனத்தில் வீற்றிருப்பவன்; கழுகு வாகனம் உடையவன்; மேற்கு நோக்கி வீற்றிருப்பவன்; நீல மேனி உடையவன்; முடி தரித்தவன்; சூலமும் வில்லும் வரதமும் அபயமும் கொண்ட நான்கு கரம் உடையவன்; மெல்ல நடப்பவன்; கருஞ் சந்தனம் அணிபவன்; கரு மலரையும், நீல மலர் மாலையையும் புனைபவன்; கரு நிறக் குடையும் கொடியும் கொண்டவன்; மேருவை வலம் புரிபவன்; சௌராஷ்டிர தேசத்தில் தோன்றியவன்; மகர ராசிக்கும் கும்ப ராசிக்கும் அதிபதி; நவக்கிரக மண்டலத்தில் சூரியனுக்கு மேற்கே தனுசின் உருவம் கொண்ட மண்டலத்தில் உறைபவன். இவ்வாறு 'நவக்கிர ஆராதனம்' என்னும் நூல் சொல்கிறது.

சனிக்கு அதிதேவதை யமன். வலப் பக்கத்தில் இவனை ஆவாகனம் செய்ய வேண்டும். இடப் பக்கத்தில் பிரத்தியதி தேவதையாகிய பிரஜாபதியை ஆவாகனம் செய்ய வேண்டும்.

சனி பகவானுக்குத் தமிழ் நாட்டில் எங்கும் காக்கையே வாகனமாகச் சொல்வது வழக்கமாக இருக்கிறது. கோயில்களில் உள்ள விக்கிரகங்களிலும் காகத்தையே வாகனமாக அமைத்திருக்கிறார்கள். 'சனி பகவான் ஸ்தோத்திரம்' என்ற நூல் பன்னிரண்டு பாடல்களால் சனிக் கிரகத்தைத் துதிக்கிறது. அதில் வரும் ஒவ்வொரு பாடலும், "சனியனே காக மேறும் தம்பிரானே" என்று முடிகிறது.

ஆனால், வடமொழியில் உள்ள தியான சுலோகங்கள், பல இடத்தில் இவனுக்குக் கழுகையே வாகனமாகக் குறிக்கின்றன.

சாபாஸனோ க்ருத்ர ரத:
நீலத்யுதிர் நீலவபு: கிரீடீக்ருத்ர ஸ்திதி:
ப்ரத்யங்முகம் க்ருத்ரரதம் சதுர்புஜம்
நீலாம்பரோ நீலவபு: கிரீடீ க்ருத்ர ஸ்திதி:
ஜ்வாலோர்த்வ மகுடா பாஸம் நீலக்ருத்ர ரதாவஹம்

என்று பல இடங்களில் வருவதைக் காண்க.

3

சனி பகவானுக்குத் தனியே நூற்றெட்டு நாமங்கள் உண்டு. வடமொழியிலும் தமிழிலும் இவனைப் பற்றிய துதிகளும் பல உண்டு.

நீரினைஉண் டெழுமேக வண்ணா போற்றி
நெடுந்தடத்தில் உறுகமலக் கண்ணா போற்றி
சூரியன்றன் தவத்தில்வரு பாலா போற்றி
தூயநவக் கிரகத்துள் மேலா போற்றி
காரியெனும் பேர்கொள்உப காரா போற்றி
காசினியில் கீர்த்திபெற்ற தீரா போற்றி
மூரிகொளும் நோய்முகவா முடவா போற்றி
முதுமணிகள் முண்டகத்தாள் போற்றி போற்றி

என்பது சனி பகவான் தோத்திரத்தின் கடைசிப் பாடல்.

சனிக்கு மந்தன், பிணிமுகன், முதுமகன், முடவன், காரி என்னும் பெயர்கள் தமிழ் நூல்களில் வழங்கும்.

இவனுக்கு விருப்பமான மலர் வன்னி; சமீ புஷ்பப் பிரியன் என்ற பெயரால் இதை உணரலாம். இளைத்த உடம்புடையவனாதலால் நிர்மாம்ஸ காத்ரன், சுஷ்கன்,

சுஷ்கோதரன் என்ற பெயர்களைப் பெற்றிருக்கிறான். இவனுடைய அர்ச்சனையில் இவனைச் சூரியன் முதலிய கிரகங்களாகவும், கணபதி, குமாரன், விஷ்ணு, சிவன் முதலிய தெய்வங்களாகவும் திருநாமங்களைக் கூறிப் பூசிக்கிறார்கள். அதனால் இவனுடைய வியாபகம் நன்கு புலனாகும்.

சனி தாமத குணம் உடையவன். மேற்குத் திசைக்கு உரியவன்; இவனுக்குப் பிரியமான உலோகம் இரும்பு; மணி நவக்கிரக ஸ்தோத்திர சங்கிரகம். நீலம்; தானியம் எள்; மலர் கருங்குவளை; சுவை கசப்பு. இவனுக்கு ஜடாதரன் என்ற பெயர் இருப்பதால் சடை யுடையவன் என்று தெரிகிறது.

முத்துசாமி தீட்சிதரவர்கள் சனி பகவானைப் பற்றிப் பாடிய கீர்த்தனையில் இவனுடைய உருவம், குணம், செயல், உரிமை முதலிய பல செய்திகள் வருகின்றன. யமன் சனியைத் தன் தண்டத்தால் அடிக்க, அதனால் அவனுடைய கால் முட மாயிற்றென்ற செய்தியை அந்தக் கீர்த்தனத்தால் தீட்சிதர் தெரிவித்திருக்கிறார்.

அதன் பொருள் வருமாறு

கதிரவனுடைய புதல்வர்; மிக்க தைரியமுடையவர்; சம்சார சாகரத்தில் மூழ்கும் பயத்தை உண்டு பண்ணிக் கொடிய பலன்களை அளிப்பவர்; பரமசிவனுடைய கடைக்கண் நோக்குக்கு ஆளான அடியவர்களுக்கு வியக்கத் தக்க நற்பயன்களை வழங்குபவர்; மையெனக் கறுத்த திருமேனியர்; நீல உடையையும் நீல மலர் மாலை முதலியவற்றையும் அணிந்தவர்; நீல மணி அணிகளைப் புனைந்தவர்; மாலினி மந்திரத்தால் துதிக்கப் பெற்ற குரு குகருக்குக் களிப்பு அளிப்பவர்; மகர கும்ப ராசிகளுக்கு அதிபதி; எள்ளு கலந்த உணவிலும் நல்லெண்ணெய் விளக்கிலும் மிக்க விருப்பம் உடையவர்; கருணைக் கடலனையவர்; பயமற்றவர்; யமனுடைய தண்டத்தால் வருந்திய முழங்காலை உடையவர்; அணுகிப் பணிந்தவர் விரும்பிய பயன்களை அருள்வதில் காமதேனுவைப்

போன்றவர்; கால சக்கரத்தைப் பிளப்பதில் கதிரவனைப் போன்றவர்; சாயா தேவியின் குமாரர்; மெல்ல நடப்பவர் ஆகிய சனி பகவானை எப்பொழுதும் பிரார்த்திக்கிறேன்.

4

கழுகு வாகனத்தின் மேல் அமர்ந்திருக்கும் சனி பகவான் திருவுருவத்தைக் காணலாம். இவன் உருவமும் உடையும் அணியும் மணியும் மலரும், கருமையும் நீலமும் உடையனவாக இருக்கின்றன. சடையுடையவ னாகவும் சூலமும் வில்லும் அம்பும் பூண்டவனாகவும் காட்சி தருகிறான் சனி. வலக் கால் சற்றே மெலிந்து தோன்றுகிறது. இடப் பக்கத்தில், மேலே கும்பமும் முதலையும் உள்ளன. அவை கும்ப ராசிக்கும் மகர ராசிக்கும் இவன் தலைவன் என்பதைக் குறிப்பிக்கின்றன. பின்னே உள்ள மேரு மலை, சனி அதனை வலம் வருபவன் என்பதற்குச் சான்றாக நிற்கிறது.

பார்ப்பதற்கு அச்சத்தை விளைவிக்கும் உருவம் கொண்ட இவனுடைய வலப் பக்கத்தில் கீழே, எருமைக் கடாவின் மேல் யமன் அமர்ந்திருக்கிறான். இவன் சனிக் கிரகத்தின் அதிதேவதை. இடப்பக்கத்தில் பிரத்தியதி தேவதையாகிய பிரஜாபதி ஆசனத்தில் வீற்றிருக்கும் கோலத்தில் தோன்றுகிறான்.

சனியை ஆயுஷ்காரகனாகச் சொல்வது சோதிட நூல். இவனை வழிபட்டு இவனுடைய அருளுக்கு உரியவர்களானால் நீண்ட ஆயுளுடன் வாழலாம். இவனைப் போல் கெடுப்பவரும் இல்லை; இவனைப் போல் கொடுப்பவரும் இல்லை.

வெய்யசுட ரோன்சாயை மேவுமகன், சூற்கரத்தான்
பைய நடக்கின்ற பங்கு, கரு-மெய்யன்
இனியன் அருளுங்கால், இன்றேல் கொடியன்,
சனியன் அவன் சீற்றம் தவிர்

ராகு

விப்பிரசித்தி என்ற அசுரனுக்கும் சிம்ஹிகை என்பவளுக்கும் மகனாகப் பிறந்தவன் ராகு. தேவர்களும் அசுரர்களும் சேர்ந்து திருப்பாற் கடலைக் கடைந்தார்கள். அதிலிருந்து அமுதம் உண்டாயிற்று. அதைத் தேவரும் அசுரரும் உண்ணுவதற்கு முந்தினார்கள். அப்பொழுது திருமால், பெண் உருவம் எடுத்தார். மோகினி என்ற பெயரோடு யாவர் உள்ளத்தையும் மயக்கும் பேரெழிலோடு அந்தப் பெண் விளங்கினாள். தேவருக்கு மாத்திரம் அமுதத்தைக் கொடுக்க வேண்டும் என்று எண்ணிய மோகினி, அசுரர்களிடம் இனிமையான பேச்சு கொடுத்து வரிசையாக உட்காரும்படி சொன்னாள். அவர்கள் நான் முந்தி, நீ முந்தி என்று போட்டி போட்டுக் கொண்டு அமர்வதற்குள் தேவர்களுக்கு அமுதம் வழங்கி விட்டாள். இதனை அறிந்த ராகு என்னும் அசுரன் தேவ உருவத்தை எடுத்துக் கொண்டு சூரியனுக்கும் சந்திரனுக்கும் நடுவிலே இருந்த அமுதத்தை உண்ணத் தொடங்கினான்.

அவன் அசுரன் என்பதை அறிந்த சூரியனும் சந்திரனும் ராகுவை மோகினிக்குக் குறிப்பால் சுட்டிக் காட்டினார்கள். உண்மையை உணர்ந்த மோகினி, தன் கையில் உள்ள சட்டு வத்தால் ராகுவை அடித்தாள். திருமாலுக்குரிய சக்கரத்தால் அவன் தலையை அறுத்தாள்.

அமுதத்தை உண்ட அசுரனுடைய தலை, மலையின் கொடு முடியைப் போலப் பெரிதாக இருந்தது. அது நிலத்தின் மேல் விழும்போது தரை முழுவதும் பூகம்பம் உண்டானாற் போல் அதிர்ந்தது.

தலையுடன் இரண்டு கைகளும் சேர்ந்து விழுந்தன. மற்ற பகுதி தனியே வேறு இடத்தில் விழுந்தது. தலையும் கைகளும் சேர்ந்த பகுதி பர்ப்பர தேசத்தில் விழுந்தது. பைடீனஸன் என்பவன் ஸிம்ஹிகையுடன் அங்கே போய்க் கொண்டிருந்தான். அவர்கள் இருவரும் ராகுவாகிய அவனைத் தம் அரண்மனைக்குக் கொண்டு போய் வளர்த்து வந்தனர்.

அமுதம் உண்டமையால் ராகு சாகாமல் வளர்ந்தான். சூரிய சந்திரர்கள் தன்னைக் குறிப்பித்த காரணத்தால் அவர்களிடம் அவனுக்குப் பகை மூண்டது. அவர்களைப் பீடிக்கத் தொடங்கினான். கிரகணம் என்பது அதுதான்.

ராகுவின் தலை இயல்பானது. பின்பு அவனுக்குப் பாம்பின் உடம்பு இணைந்தது. திருமாலை நோக்கித் தவம் இயற்றிக் கரிய பாம்பின் உருவத்தைப் பெற்றான். தவத்தின் வலிமையால் கிரக பதவியை அடைந்தான்.

ராகுவையும் கேதுவையும் முறைப்படி கிரகங்கள் என்று சொல்லுவதில்லை. இவற்றைச் சாயா கிரகங்கள் என்று சொல்வார்கள். ராகு மேருவை அப்பிரதட்சிணமாகச் சுற்றி வருகிறான்.

2

சிற்ப ரத்தினம் என்ற நூல் ராகுவின் திருவுருவத்தை அமைக்கும் விதத்தைச் சொல்கிறது. சிங்காதனத்தில் வீற்றிருப்பவனாகவும், வரதம், கட்கம், கேடகம், சூலம் என்பவற்றை ஏந்தும் நாற்கரங்களை உடையவனாகவும், அவனுடைய உருவ வருணனை அந்நூலில் வருகிறது. இரண்டு கரங்களை உடையவனாகி, வலக் கையில் புத்தகமும் கம்பளியும் வைத்திருப்பானென்றும், இடக் கையில் ஒன்றையும் ஏந்தாமல் இருப்பானென்றும் எட்டுக் குதிரை களைப் பூட்டிய வெள்ளி ரதத்தில் ஏறி வருவானென்றும் விஷ்ணு தர்மோத்தரம் சொல்கிறது.

'கயானச்சித்ர' எனத் தொடங்கும் மந்திரம் ராகுவை வழிபடுவதற்கு உரியது. அந்த மந்திரத்தின் ரிஷி வாமதேவர். சந்தம் காயத்திரி. முறத்தைப் போன்ற ஆசனத்தில் அவன் வீற்றிருப்பான். நிருதி திசைக்கு உரியவன். அவன் வரதம், சூலம், கேடகம் ஏந்தியவன். கரிய உடையை உடையவன். கருமேனி பெற்றவன். முடி தரித்தவன். நாற்கரம் உடையவன். சிங்கத்தில் ஏறுபவன்.

கருஞ் சந்தனம், கரிய மலர், கரிய மாலை, கரிய உடை, கரிய குடை, கரிய கொடி ஆகியவற்றை உடையவன் ராகு. பைடீனஸ கோத்திரத்தில் உதித்தவன்.

சூரிய மண்டலத்தில் சூரியக் கிரகத்திற்குத் தென் மேற்கில் ஆவாகனம் செய்து பூசித்தல் மரபு.

ராகுவின் அதிதேவதை பசு; பிரத்தியதி தேவதை பாம்பு.

இவனுக்கு அமுத கடிகன் என்று ஒரு பிள்ளை உண் டென்று கூறுவர். ராகு உருவத்தில் நெடியோன். தாமத குணம் உடையவன். கருங்கல்லும் கோமேதகமும் இவன் விருப்பத் துக்கு உரியவை. இவனுக்குரிய தானியம் உளுந்து. மந்தாரை மலரும் அறுகும் இவனை அர்ச்சிப்பதற்கு உரியவை. புளிப்புச் சுவையில் விருப்பம் உடையவன் இவன். இவனுக்கு ஆட்டையும் வாகனமாகச் சொல்வது உண்டு.

இவனுடைய தியான சுலோகம் ஒன்றில் இவன் கரிய சிங்காதனத்தில் வீற்றிருப்பான், பாம்பு உருவமுடையவன், ஸிம்ஹிகையின் திருமகன், பக்தர்களுக்கு அபயம் தருபவன், முடியணிந்தவன் என்ற செய்திகள் வருகின்றன.

தானவ மந்திரி, ஸிம்ஹிகா சித்ர நந்தனன், அர்த்த காயன், ஸதாக்ரோதீ, சந்த்ராதித்ய விமர்த்தனன், ரௌத்ரன், ருத்ரை ப்ரியன், பானுபீதிதன், க்ரகராஜன், காலரூபன், ஸ்ரீ கண்ட ஹ்ருதயாச்ரயன், ஸைம்ஹிகேயன், கோரரூபன், மஹா பலன், க்ரகபீடாகரன், தம்ஷ்ட்ரீ, ரக்த நேத்ரன், மஹோதரன் என்ற பெயர்கள் இவனுக்கு வழங்குகின்றன.

ராகுவின் மண்டலம் சூரிய மண்டலத்துக்குக் கீழே இருக்கிறது. இவன் அமாவாசை, பௌர்ணமி காலங்களில் சூரியனையும் சந்திரனையும் மறைத்துத் திருமால் சக்கராயுதத்தை ஏவப் பின்பு அகலுவான்.

முத்துசாமி தீட்சிதர் இயற்றிய கீர்த்தனத்திலிருந்து ராகுவைப் பற்றிப் பின்வரும் செய்திகள் தெரிய வருகின்றன.

'சூரிய சந்திரர்களுடன் கிரகண காலத்தில் காணற்குரிய வன்; விகாரமான உடலை உடையவன்; அசுரனாக இருந்து தேவனாக மாறிய உடம்புடையவன்; நோயைப் போக்குபவன்; பாம்பு முதலிய விஷப் பிராணிகளால் உண்டாகும் பயத்தை ஒழிப்பவன்; முறத்தை ஆசனமாகக் கொண்டவன்: கயான மந்திரத்துக்கு உரியவன்; கருணை பெருகும் கடைக் கண் நோக்குடையவன்; நாற்கரத்தோன்; கத்தி, கேடயம் ஆகிய படையை ஏந்தியவன்; தோல் முதலிய கரிய உடையை உடையவன்; கோமேதகத்தை அணிந்தவன்; சனிக்கும் சுக்கிரனுக்கும் நண்பன்; ஞான குருவாகிய முருகனுக்கு மகிழ்ச்சியை அளிப்பவன்.'

3

ராகுவின் ஓவியத்தில் அவனுடைய உருவம் அச்சத்தைத் தருவதாக இருக்கிறது. திருமுகம் மாத்திரம் தேவனைப் போல இருப்பினும் உடல் முழுவதும் செதில் அமைந்து பாம்பு என்பதைப் புலப்படுத்துகின்றது. சூலமும் கட்கமும் ஏந்திய கைகளும் வரதமுடைய கை ஒன்றும், சும்மா தொங்கப் போட்ட கை ஒன்றும் உடைய கோலத்தில் கரிய உடையோடு தோலையும் அணிந்து வீற்றிருக்கிறான். மேலே உள்ள சிங்கக் கொடி அவனுடைய வாகனமும் அது என்பதை உய்த்துணர வைக்கிறது. கொடியும் குடையும் கருநிறம் உடையன. முறத்தைப் போன்ற ஆசனத்தில் ராகு வீற்றிருக்கிறான்.

வலப் பக்கத்தில் அதிதேவதையாகிய பசுவையும் இடப் புறம் பிரத்தியதி தேவதையாகிய சர்ப்பத்தையும் காண்கிறோம். மேருவை இடமாகச் சுற்றுபவன் ராகு; பின்னால் உள்ள மலை

இதைக் குறிப்பிடுகின்றது. பின்னே நிலைக் களம் பயங்கரமாக அமைந்திருக்கிறது.

கரவின் அமுதுண்டான்; கார்நிறத்தான்; மேனி
அரவம் முகம்அமரன் ஆனான்; மருவுமுறம்
ஆகும் இருக்கையான்; அஞ்சுதகு தோற்றத்தான்;
ராகுநிழற் கோளென் றிசை

கேது

ராகுவினுடைய கதைக்கும் கேதுவினுடைய கதைக்கும் ஆரம்பம் ஒன்றுதான். தேவர்கள் அமுதத்தை உண்ட போது அவர்களோடு தேவ உருவம் எடுத்த அசுரன் ஒருவன் அமுதத்தை உண்பதைச் சூரியனும் சந்திரனும் பார்த்தார்கள். அந்தச் செய்தியை அமுதத்தைப் பகிர்ந்து அளித்துக் கொண்டிருந்த மோகினிக்குத் தெரிவித்தனர். திருமாலே மோகினி உருவம் எடுத்திருந்தாராதலின் அவர் தம்முடைய சக்கரத்தால், திருட்டுத் தனமாக அமுதத்தை உண்ட அசுரன் தலையை அறுத்தார். தலை வேறு, உடல் வேறாக அசுரன் துண்டிக்கப்பட்டான்.

சக்கரத்தால் துண்டிக்கப் பெற்ற பிறகும், அமுதம் உண்ட சிறப்பினால் அந்த இரண்டு துண்டங்களும் தனித் தனியே இயங்கத் தொடங்கின. தலை ராகுவென்றும் உடம்பு கேதுவென்றும் பெயர் பெற்று உயிரோடு வாழலாயின.

தலையை இழந்த உடம்பாகிய கேது பின்பு விஷ்ணுவை நோக்கித் தவம் செய்து பாம்புத் தலையைப் பெற்றான். கேது செம்பாபு உருவமுடையவன் என்றும் சொல்வது உண்டு.

வெட்டுண்ட உடம்பாகிய கேது தேவ லோகத்திலிருந்து பூமியில் மலையத்தில் விழுந்தது. அங்கே இருந்த மினி என்ற பிராமணன் அவனை எடுத்துப் பாதுகாத்து வந்தான். அவனைத் தன் மகன் என்றே கருதி அன்புடன் வளர்த்து வந்தான்.

கேதுவினுடைய நிறம் கறுப்பென்றும், அவன் இரண்டு கரங்களை உடையவன் என்றும், ஒரு கை அபயத்தை உடையதென்றும், மற்றொன்று கதையை ஏந்தியதென்றும்

கூறுவர். விசுவகர்ம சிற்ப சாஸ்திரத்தில் அவனுடைய தேர் பத்து குதிரைகள் பூட்டியது என்ற செய்தி வருகிறது."

முத்துசாமி தீட்சிதர் பாடிய கீர்த்தனையில் உள்ள செய்திகள்:

அசுரர்களுக்குள் பெரியவன் கேது; சாயா கிரகங்களில் சிறந்தவன்; பலவகை மணிகள் இழைத்த பெரிய திருமுடியைக் கவித்தவன்; மஞ்சள் முதலிய பல வண்ணமுடைய ஆடையைப் புனைந்தவன்; மனித உடலாகிய பீடத்தில் இனிதே எழுந்தருளியிருப்பவன்; புதிதாய்க் கிரகப் பதவியைப் பெற்ற ராகுவினுடன் இணைந்திருப்பவன்; அவனுடைய அதிதேவதை பிரம்மா; அவனுடைய மந்திரம் 'கேதும் க்ருண்வன்' என்ற தொடக்கத்தை உடையது; கேது, மிக்க கோபம் உடையவன்; ஜைமினி கோத்திரத்தில் பிறந்தவன்; கொள்ளு முதலியவற்றை உண்பவன்; முக்கோண வடிவத்தைப் பெற்ற கொடியை ஏந்தியவன்; முருக வேளுக்கு வெண் கவரியை வீசுபவன்; குணங்களையும் குறைகளையும் வென்ற ஞானிகளுக்கு அணியாக இருப்பவன்; கிரகணம் முதலியவற்றிற்குக் காரணமானவன்; வான வீதியில் மேருவை இடமாகச் சுற்றி வருகிறவன்.

வேத மந்திரமாகிய 'கேதும் க்ருண்வன்' என்பதற்கு ரிஷி மதுச்சந்தர். அதற்குரியது காயத்திரிச் சந்தம். அதனை யன்றி, 'ஓம் க்ரூம்' என்று தொடங்கும் மற்றொரு மந்திரமும் உண்டு. அது ஜயச்சந்த ரிஷியையும் காயத்திரிச் சந்தத்தையும் உடையது.

நவக்கிரக ஆராதனக் கிரமத்தைக் கூறும் நூலில் வேத மந்திரத்துக்குரிய அங்கந்நியாச கரந்நியாசங்களும் உள்ளன. கொடி போன்ற ஆசனத்தில் வீற்றிருப்பவன் கேது. அந்தர் வேதி தேசத்தவன். விசித்திர வண்ணத்தை உடையவன். வாயு திசைக்கு உரியவன். அவனுக்கு எட்டுப் பிள்ளைகள் உண்டு. அவன் புகை நிற மேனி பெற்றவன். வரதமும் கதையும் ஏந்திய கரங்கள் இரண்டை உடையவன். கழுகின் மேல்

ஊர்பவன். முடியும் தோள்வளையும் பிற அணிகளும் அணிந் திருப்பவன். அமைதியான தோற்றம் உடையவன். அவனுக்குப் பல வண்ணச் சந்தனமும், பல வண்ண மலரும் விருப்ப மானவை. அவன் ஆடை, குடை, கொடி யாவும் பல நிறம் உடையவை. நல்ல தேர் உடையவன் அவன். மேருவை அப்பிரதட்சிணமாகச்சுற்றுபவன்.

கேதுவினுடைய அதிதேவதை சித்திரகுப்தன்; பிரத்தி யதி தேவதை பிரம்மா.

கேது கரிய நிறமுடையவனாதலின் காலன் என்ற பெயரும் அவனுக்கு வழங்கும். தூம்ரகேது, லோககேது, மஹாகேது, ஸர்வகேது முதலிய பல பெயர்கள் அவனுக்கு உண்டு. ரௌத்ரன் என்ற பெயர் அவனுக்கு இருப்பதனால் அவன் சினமுடையவன் என்று தெரிகிறது.

கேதுவை அலி என்றும் நெடிய உருவம் உடையவன் என்றும் சொல்வதுண்டு. அவனுக்குப் பிரியமான ரத்தினம் வைடூரியம். அவனுக்கு உரிய தானியம் கொள்ளு. அவனைப் பூசிப்பதற்கு உரிய மலர் செவ்வல்லி. அவனுக்கு விருப்பமான சுவை புளிப்பு. சிங்க வாகனமும் அவனுக்கு உண்டென்று கூறுவர். அவனுடைய தேரை ஆறு குதிரைகள் இழுத்துச் செல்வதாக ஒரு சாரார் சொல்வர்.

3

படத்தில் கருநிற மேனியனாகிய கேதுவைப் பார்க்கி றோம். அவன் இடமாக வரும் மேரு செந்நிறத்தோடு பின்னே தோற்றம் அளிக்கிறது. கேதுவின் வலப் பக்கத்தில் ஏடும் எழுத்தாணியுமாக உட்கார்ந்திருப்பவன் சித்திர குப்தன். அவனே கேதுவுக்கு அதிதேவதை.

இடப் பக்கத்தில் நான்முகம் வீற்றிருக்கிறான். அவனுடைய மூன்று முகம் முன்னே தெரிய மற்றொரு முகம் அப்பால் மறைந்திருக்கிறது. அவன்தான் கேதுவின் பிரத்தியதி தேவதை.

கேது, கழுகு வானகத்தின் மேல் கொடியின் உருவமைந்த ஆசனத்தில் எழுந்தருளியிருக்கிறான். அவன் தலையில் சிவப்பு, நீலம், மஞ்சள் முதலிய பன்னிற மணிகள் பதித்த பெரிய கிரீடம் மின்னுகிறது. அதற்கு மேலே குடை, நிழல் தருகிறது. அவனுடைய முகம் செதில்களை உடையதாய்ப் பாம்பு முகம் என்பதைக் குறிப்பிக்கிறது. அவனுடைய விழிகளில் உள்ள சிவப்பு அவன் சினமுடையவன் என்பதற்குச் சாட்சி சொல்கிறது. அவனுடைய வலக் கை அபயமாகவும் இடக் கை கதையை ஏந்தியதாகவும் இருக்கின்றன. ஆடை யில் பல வண்ணங்கள் கலந்திருக்கின்றன.

பொன்னங் கிரிஇடமாப் போதுவான்; மோகினியால்
முன்னம் தலையிழந்த மூர்த்தியான்-மன்னுகையில் மோதுகதை
அஞ்சல்உள்ளான் மூண்ட கருநிறத்தான் கேதுஎன்று சொல்வர்
கிளந்து

திருச்சிற்றம்பலம்

★★★

9 788199 860988